శ్రీరస్తు.

పంచతంత్రము

పీఠిక.

శా. శ్రీరామాస్తనకుంభకుంకుమరసార్ద్రీభూతవక్షస్స్థలో
దారుం డంజనశైలభర్త కరుణాధామాంతరంగుండు శ్వేం
గారశ్రీనిధిఁ దమ్మరాజు బసవక్ష్మాకాంతుఁ గాంతాజన
స్మేరాలోకనపూర్ణచంద్రు జయలక్ష్మీనాయకుం జేయుతన్. 1

సీ. ఆకాశమండలం బరవిరిపూఁదోఁట, సొమ్ముపెట్టె రసాతలమ్ము తనకుఁ
గందర్పదేహంబు కమ్మగందపుమ్రాను, కట్టువర్గంబులకాపు సురలు
వారువంబులఁ బట్టువారు బ్రహ్మాదులు, శిఖిరవిచంద్రు లక్షిత్రయంబు
పవనాగ్నిరవిశశిపరమాత్మ గగనభూ, జలము లంగము లట్టి చారుమూర్తి
గీ. శంభుఁ డానందరసకళాగంభుఁ డగుచు, సమధికైశ్వర్యముల నిచ్చు సంతతంబు
సల్లలితకీర్తిమల్లికావల్లభునకు, బాహుబలునకు బసవభూపాలునకును. 2

చ. పలుకులబోటి యాత్మసతి భావభవుండు సహోదరుండు గా
నలినదళాక్షునాభినలినంబు నిజంబుగఁ గన్నతల్లి గాఁ
దలఁచినమాత్ర లోకములఁ దాను సృజింపఁగఁ గర్త యైనయ
న్నలువ చతుర్ముఖుండు కృతినాథున కిచ్చుఁ జిరాయురున్నతుల్. 3

ఉ. ఖండశశాంకశేఖరుఁడు కన్నకుమారుని కగ్రజుండు మా
ర్తాండశశాంకవహ్నిముదితప్రభ నొప్పెడిదివ్యమూర్తి యా
ఖండలపద్మజాచ్యుతు లఖండితభక్తి భజించుచుండు వే
దండముఖుం డభీష్టఫలదాయకుఁ డై బసవేంద్రుఁ బ్రోవుతన్. 4

చ. మెఱసినవేల్పుటేనితలమీఁదివియన్నదికాంతి మించి యే
డ్తెఱఁ గనుపట్టుపూర్ణశశిదేహవిలాసము నేలఁ జాలి చూ
పఱకు మనోహరంబు లగుభాసురదీప్తుల వర్ణనీయ యై
వఱలెడువాగ్వధూటి బసవక్షితిపాలునిఁ బ్రోచుఁ గావుతన్. 5

చ. కిసలయహస్త పీనకుచ కిన్నరకంఠి కరీంద్రయాన హే
మసమతనూవిలాస హరిమధ్య మనోభవు కన్నతల్లి యిం
పెసఁగ ముకుందుదేవి కడు ప్రేమను సూనుని నేలునట్లుగా
బసవనృపాలుమందిరముఁ బాయక యెప్పుడు నేలుఁగావుతన్. 6

వ. అని యిష్టదేవతా ప్రార్థనంబుఁ జేసి. 7

ఉ. కొండయమంత్రియెఱ్ఱియకుఁ గూరిమినందనుఁ డైనమద్గురున్
ఖండశశాంకశేఖరుఁ ద్రికాలముఁ బూజ యొనర్చునాగనా
ర్యుం డనుపేరు గల్గినసరోజభవాన్వయవార్ధికైరవా
ప్తుం డగుపుణ్యమూర్తి సులభుం డగుటం గొనియాడి వేడుకన్. 8

సీ. వల్మీకభవునకు వందనం బొనరించి, సత్యవతీసూను సంస్తుతించి
బాణుని నుతియించి భవభూతిఁ గొనియాడి, భారవిఁ బొగడి మయూరుఁ దలఁచి
శివభద్రుఁ గొనియాడి శ్రీహర్షుఁ బ్రార్థించి, కాళిదాసుఁ బ్రసన్నుఁగాఁ దలంచి
నన్నయభట్టారకునకు మ్రొక్కి తిక్కన, సోమయాజుల నతిస్తుతులఁ గొలిచి
గీ. శంభుదాసుని మదిలోన సంస్మరించి, మఱియు సుకవుల సత్కృపామహిమ వడసి
శారదాసత్ప్రతాపవిశారదుండ, నగుటఁ గృతిఁ జెప్పఁతలఁపు నా కమరి యుండ, 9

ఉ. చెప్పిననాకవిత్వము రుచింపనితావులు చూచి చెప్పుఁడీ
తప్పులు లేనిచో నవుఁ గదా యని తీర్పుఁడు మాటిమాటికిన్
జెప్పకుఁ డొప్పుఁ దప్పనుచుఁ జెప్పఁగ నేర్చినవాని కొక్కచోఁ
దప్పులు లేక మాన వని తద్జ్ఞు లెఱుంగుఁడు మీకు మ్రొక్కెదన్. 10

వ. అని మద్గురుకరుణాస్మరణంబును బురాతనసత్కవిసమారాధనంబునుం జేసి యొక్క
మహాప్రబంధంబుఁ జెప్ప నుద్యోగించుసమయంబున. 11

సీ. మండలాధిపమూర్ధ మకుటమాణిక్యసం, భావితాంచితపాదపంకజుండు
కల్పితహేమాద్రికల్పమహాదాన, ధారుణీదేవసంతర్పకుండు
పరిచరసహవాసభామామనఃప్రియ, భాసురకుసుమశరాసనుండు
మానితాంగకసర్వమంగళాలంకృత, శేఖరీకృతరాజశేఖరుండు
గీ. వల్లభూపాలతమ్మభూవల్లభేంద్ర, శుక్తిముక్తాఫలం బనఁ జూడ నమరి
మాన్యసామంతవిద్వదమాత్యనృపతు, లోలిఁ గొలువంగ బసవేంద్రుఁ డొక్కనాఁడు.

వ. విద్వత్సంభాషణసమయంబున. 13

చ. హరిహరభక్తు నార్యనుతు నంధ్రకవిత్వవిశారదు న్మహీ
శ్వరవరమాననీయుఁ గులవర్ధను శాంతుఁ బ్రబంధవాచకా
భరణము నాగమాంబకును బ్రహ్మయమంత్రికి నాత్మసంభవున్
సరసుని దూబగుంటిపురశాసను నారయనామధేయునిన్. 14

క. తలపించి హితులు చెప్పఁగఁ, బిలిపించి కవిత్వగోష్ఠిఁ బ్రియ మెసఁగంగాఁ
బలుకుచు నితాంతభక్తిం, దలుకొత్తఁగ నంకురించుదరహాసముతోన్. 15

క. తనముఖచంద్రమరీచులు, జననయనచకోరములకు సాంద్రానందం
బొనరింప వేడ్క నన్నుం, గనుఁగొని యిట్లనియె వినయగౌరవ మెసఁగన్. 16

చ. సురుచిర మైననీకవిత సూరిసభాంతరయోగ్యతామనో
హరసరసార్థగుంభనల నందము గావున నారనార్య సు
స్థిరగతిఁ గీర్తి నన్నొనరఁ జేసి సమస్త జగత్ప్రసిద్ధ మై
పరఁగుచు నుండ మా కొకప్రబంధ మొనర్పు ప్రియం బెలర్పఁగన్. 17

వ. తత్ప్రబంధం బెయ్యది యంటేని. 18

గీ. పంచతంత్ర మనఁగ నంచితగీర్వాణ, భాష మున్ను చెప్పఁబడినయట్టి
కావ్య మంధ్రభాషఁ గర్ణామృతంబుగాఁ, గూర్పవలయు నీదు నేర్పు మెఱయ. 19

వ. అని వినయంబునం దాంబూలనవాంబరాభరణంబు లొసంగి వీడుకొల్పినం
బ్రియం బంది మదాత్మగతంబున. 20

చ. పస గలనీతిశాస్త్ర మని ప్రాజ్ఞులు మెచ్చినపంచతంత్రికిన్
వసుమతిఁ దమ్మరాజుబసవక్షితినాథుఁడు నాథుఁ డౌటకుం
బొసఁగి యశోవిలాసినికిఁ బుట్టినయి ల్లని సన్నుతింపఁ బెం
పెసఁగ సముద్రముద్రితమహీస్థలిరాజసభాంతరంబులన్. 21

వ. కావున నేతత్కృతి కధీశ్వరుం డైనబసవక్షితీశ్వరువంశం బభివర్ణించెద. 22

చ. రవికులజేశుఁ డైనరఘురామునినందనుఁ డై కుశావనీ
ధవుఁ డుదయించె నాయనకు ధర్మవిధిం బ్రభవించె శ్రీసదా
శివమహిమాఢ్యుఁ డై విజయసేనకుమారకుఁ డొప్ప నుర్వరన్
సవినయమూర్తి యవ్విభునిసంతతి నంతఁ గ్రమక్రమంబునన్. 23

చ. మును బెజవాడదుర్గఁ దనముగ్ధతనంబున మెచ్చఁ జేసి పెం
పున రథదంతివాజిభటభూరిబలంబులచేఁ గళింగభూ
జనపతిఁ ద్రుంచి చేవఁ దనసంతతికై మహిఁ బాడి నిల్పి క్ర
మ్మనఁ జిరకీర్తులం గనియె మాధవవర్మ తదన్వయంబునన్. 24

మ. ఉదయించెన్ గమలాప్తవంశకరుఁ డై యుద్యత్ప్రతాపోన్నతిన్
జదియించెన్ సకలార్థిదైన్యముల రాజత్కల్పభూజాత మె
కడియించెన్ నిజకీర్తిరాశి దిశలన్ కల్పాంతరస్థాయిగాఁ
గుదియించెన్ బ్రతివీరబాహుబలమున్ గొమ్మావనీశుం డిలన్. 25

క. ఆకొమ్మక్షితిపాల, శ్రీకాంతున కుదయ మయ్యెఁ జిరతరపుణ్య
శ్లోకుం డన్నలదేవమ, హీకాంతుం డతులధైర్యహేమాచలుఁ డై. 26

చ. ఆతనికి నుద్భవించె నభియాతిమహాంబుధికుంభసంభవ
ప్రతిముఁడు సింగభూవిభుఁ డభంగపరాక్రమశాలి శౌర్యవ
ర్ధితుఁడు వివేకశీలుఁ డతిధీరుఁడు నిర్మలకీర్తికామినీ
రతుఁడు సమగ్రదానగుణరమ్యుఁడు సౌమ్యుఁడు బుద్ధి నెంతయున్. 27

ఉ. బల్లిదుఁ డైనసింగనరపాలున కుద్భవ మైరి ధాత్రి శ్రీ
వల్లభమూర్తు లైన పెదవల్లభుఁడున్ బినవల్లభేంద్రుఁడున్
సల్లలితప్రతాపబలసాహసనీతివివేకసంపదన్
గొల్లటి రామలక్ష్మణులదోయి యనంగ మహానుభావు లై. 28

క. అం దగ్రజుండు. 29

చ. తిరుగనిమందరాద్రి కళ దీయనిపూర్ణశశాంకుఁ డాజులన్
మురుగనిపార్థుఁ డీకుకను సోఁకనిమన్మథుఁ డొక్కబొంకనుం
బోయనిధర్మసూతి యుడి వోవనికల్పమహీరుహం బనన్
వరగుణధాముఁ డైన పెదవల్లభభూవరుఁ డొప్పు నెంతయున్. 30

క. అన్నరపతిపుణ్యాంగన, యన్నలదేవమ్మ గెలుచు నన్నలుదేవిన్
సన్నుతగుణసౌందర్యస, మున్నత విభవముల నన్న నువిదలు సరియే. 31

వ. ఆదంపతులపురాకృతపుణ్యవిశేషంబున. 32

క. సుతు లుదయించిరి సింగ, క్షితిపతియును దమ్మవిభుఁడు శ్రీతిరుమలభూ
పతియుఁ గలికాలమున నొక, సతికిని రామత్రయంబు జనియించె నాన్. 33

వ. అమ్మహీశ్వరులలోఁ దమ్మక్షితీశ్వరుండు. 34

సీ. త్రిభువనాలంకారదీపితధావళ్య, వరకీర్తిమల్లికావల్లభుండు
నిజభుజాసికుఠారనిర్భిన్నదుర్వార, పరనృపాలకమన్యభార్గవుండు
కింకిణీఘంటికాంకితసింధుఘోటక, బహుసైన్యరణరంగభైరవుండు
బంధుసంరక్షణప్రకటమహాభాగ్య, బంధురసహకారబాంధవుండు

గీ. నతమహీపాలమస్తకన్యస్తమృదువి, రాజమానపదాబ్జుండు రాజవరుఁడు
రాజమాత్రుండె విభవవిభ్రాజితుండు, వల్లభూపాలతమ్మభూవల్లభుండు. 35

మ. మనుమార్గుం డగుతమ్మభూపతికి వేమాంబకున్ బుత్త్రుఁ డై
జనియించెన్ బసవేంద్రుఁ డర్థిజనభాస్వత్కల్పభూజాత మై
వనితామన్మథుఁ డై వివేకనిధి యై వారాశిగంభీరుఁ డై
యనతారాతిమహాంధకారపటలీహంసప్రతాపాఢ్యుఁ డై. 36

వ. మఱియు నేవంవిధగుణగణాలంకృతుం డైనబసవభూపాలుండు. 37

సీ. రమణీయదానధారాప్రవాహంబులు, పాథోధి కతివిజృంభణము గాఁగ
నిరుపమానప్రభావనిర్మలసితకీర్తి, త్రిభువనసాంద్రచంద్రికలు గాఁగ
నతులవిక్రమబలోద్యత్ప్రతాపస్ఫూర్తి, పరులకు నుగ్రాతపంబు గాఁగ
సమధికశృంగారసౌందర్యరేఖ, దాఁ దరుణీలతావసంతంబు గాఁగ
గీ. రామరఘురంతిసగరధర్మజదిలీప, భోజసర్వజ్ఞసోమేశరాజసరణి
ధాత్రిఁ బాలించెఁ దమ్మభూధవసుతుండు, శాశ్వతంబుగ బసవభూమీశ్వరుండు. 38
సీ. నరులకుఁ జే చాఁచినను ఫలం బందని, దివిజభూరుహమువితీర్ణి యెంత
యవయవశృంగార మంగనామణులకుఁ, జూపనికందర్పరూప మెంత
కనుఁగొన నొకవేళ ఘనతిరోహితుఁ డైన, తపనునిమహితప్రతాప మెంత
యురశక్తిఁ జని మహోవ్యూహంబు వెడలంగఁ, జాలనిసౌభద్రుశౌర్య మెంత
గీ. వితరణంబున శృంగారవిలసనమున, దీపితాటోపసహజప్రతాపమహిమ
శౌర్యగుణమున నెవ్వారు సాటివత్తు, రితని కన మీఱి బసవభూమీశ్వరుండు. 39
సీ. కుసుమకోదండంబు గేఱుతు చూడము గాని, దర్పితరూపకందర్పుఁ డనియు
నిజమూర్తిలోపల నెర సెఱుంగము గాని, సత్కళాసంపూర్ణచంద్రుఁ డనియు
నుష్ణాంశుజాలంబు లొదవఁ గానము గాని, యతులితసత్ప్రతాపార్కుఁ డనియుఁ
బొసఁగ వేగన్నులపొడవు మించదు గాని, సాంద్రవైభవనిర్జరేంద్రుఁ డనియు
గీ. ననుదినంబును దనుఁ జూచునఖిలజనులు, సమధికానందమగ్నులై సన్నుతింప
సురుచిరాకారకాంతితేజోవిభవము, లమరుఁ దమ్మయబసవధరాధిపునకు. 40
క. అసమానమానధనునకు, రసికశిఖామణికి దానరాధేయునకున్
బ్రసవాంబకసమరూపున, కొసబిరుదరగండనికి మహోర్వీశునకున్. 41
క. వేమాజాంబాసుతునకు, భామాకంతునకు మన్యభార్గవునకు సం
గ్రామక్షోణీవిజయ, శ్రీమహనీయునకు రాజసింహంబునకున్. 42
క. రణరంగభైరవునకున్, బ్రణమితరాజన్యహృదయపద్మార్కునకున్
మణికనకవస్తువాహన, గణికాద్యఖిలప్రదానఖచరేంద్రునకున్. 43
క. సహకారబాంధవునకున్, సహజాలంకారదేహసౌందర్యునకున్
మహనీయకీర్తివాచా, మహితాత్మునకున్ బ్రతాపమార్తాండునకున్. 44
క. తెల్లదలాటాంకునకున్, సల్లలితకృపాకటాక్షసౌజన్యునకున్
ఫుల్లారవిందనేత్రున, కుల్లసితపరాక్రమునకు నూర్జితమతికిన్. 45
క. కిమ్మీరాంతకబలునకు, ధమ్మిల్లనవప్రసూనధరునకుఁ దరుణీ
సమ్మోహపంచశరునకుఁ, దమ్మయబసవనికి నుభియధళమిండనకిన్.

మిత్రభేదము.

వ. అభ్యుదయ పరంపరాభివృద్ధిగా నాచెప్పం బూనిన పంచతంత్రి యనుమహాప్రబంధం
బునందుం గలకథలకు నలంకారంబుగా వర్ణింపం దగినపాటలీపురం బెట్టి దనిన. 47
సీ. వేదశాస్త్రపురాణవిద్యావిజృంభిత, కలితధాత్రీసురకలకలంబు
గజహయారోహణకౌశలసంచార, మహితరాజకుమారమండలంబు
వజ్రముక్తాఫలవస్త్రసువర్ణాది, సకలవిక్రయవైశ్యసంకులంబు
నానాయుధాభ్యాసనైపుణధారేయ, విశ్రుతసచ్ఛూద్రవిభవవంబు
గీ. కల్పితానల్పదేవతాగారభూమి, రత్నకీలితఘనసౌధరాజితంబు
నగుచు నమరేంద్రునగరంబు నగుచు ధాత్రిఁ, బొలుచుఁ బాటలీపుత్ర మనుపురవరంబు.
ఉ. ఆపుర మేలుచుండు నమరాధిపతిప్రతిమానవైభవో
ద్దీపితుఁ డార్యసమ్మతుఁడు ధీరుఁ డుదారుఁడు బాహువిక్రమా
టోపవిజృంభితుం డనఁ గడుఙ్ బొగ డొంది సుదర్శనుండు నా
భూపకులావతంసము ప్రభుత్వముఁ బేరును బెంపు నొప్పఁగన్. 49
క. ఆరాజు తనకుమారులు, ధారుణిఁ బాలించు నేర్పు దగిలెడుచదువుఙ్
నేరక యునికి మనోవ్యథఁ, గూరి నిజాత్మఁ దలంచెఁ గొలు వున్న యెడన్. 50
గీ. ఎఱుక యును ధార్మికత్వము నింత లేని, కొడుకు పుట్టిన నేటికిఁ గొఱ తలంపఁ
జూఁడిపాఁడివిధంబులు చూప లేని, గొడ్డుటా వైన వలవనిజడ్డు గాదె. 51
క. పెక్కండ్రుసుతులు గల రని, లెక్కించిన ఫలము గలదె లేశంబును బెం
పెక్కినకులదీపకుఁ డగు, నెక్కుఁడె తనయుండు సాలు నుర్వరమీఁదన్. 52
వ. అని మఱియుఁ దనమనంబున. 53
సీ. కలకంఠిగర్భంబు క్రాఁగిపోయిన మేలు, పుట్టినప్పుడ మృతిఁ బొంద మేలు
తగ బుతుకాలంబు దప్పిపోయిన మేలు, కన్య యైనను నంతకంబె మేలు
కాంతుఁడు పరదేశగమనుఁ డైనను మేలు, మగువ గొడ్రా లైన మఱియు మేలు
పల్లవాధర పతి నెల్ల కుండిన మేలు, పడఁతుక తెగులుచేఁ బడిన మేలు
గీ. గాక శాస్త్రపరిజ్ఞానఘనులు గాని, సుతులు గల్గినఁ దండ్రికి సొంపు గలదె
రూపబలవిక్రమాద్భుతాటోపు లైన, నధికధనవంతు లైన నయ్యర్థము లేల. 54
చ. జనకునిపూర్వపుణ్యఫలసంపదఁ దత్తనయుం డుదారుఁడుఙ్
మనునిభమూర్తియుఙ్ బితృకమాతృహితుండును నౌను బాపక
ర్మునకు జనించినట్టి యధముండు కులాంబుధిమంథనంబునఙ్
జనితహాలాహలం బనఁగఁ జాలి హరించుఁ గులంబు క్రేల్మిడిన్. 55

సీ. కమనీయవిద్య దాఁ గామధేనువుభంగిఁ, గామితార్థంబులు గలుగఁ జేయు
సజ్జనవిద్వాంససంఘంబులోపల, మానుగాఁ దనుఁ బెద్దమాన్యుఁ జేయు
నెన్ని దేశంబుల కేఁగిన సాయమై, తల్లిచందంబునఁ దన్నుఁ బ్రోచుఁ
బన్నుగాఁ దనపుణ్యపాపంబు లెఱిఁగించు, సాధించు నిహపరసాధనంబు
గీ. నగ్నిఁ గాలదు రాజులకలవి గాదు, నీళ్ల నానదు చోరులపాలు గాదు
సోదరులచేత నెప్డుఁ బంచుకొన రాక, చెలఁగు విద్యాధనమునకుఁ జేటు లేదు. 56
వ. కావున.
గీ. సంతతోన్మార్గవర్తన సరవిఁ దిరుగు, సుతులఁ జదివించి సద్బుద్ధిహితులఁ జేసి
వెసను నీరీతిసంపద నొసఁగఁ జాలు, నట్టిపుణ్యుండు గలఁడొకో యరసి చూడ. 57
ఉత్సాహ. అని సుదర్శనుండు పల్కినట్టి యవసరంబునం
దనిమిషేంద్రగురుఁడపోలె నఖిలనీతిశాస్త్రసం
జనితబుద్ధియుతుఁడు విష్ణుశర్మనామధేయుఁ డి
ట్లనియెఁ దాఁ బ్రతిజ్ఞ గాఁగ నవనివిభునితోడఁతన్. 58
గీ. అఖిలనీతిశాస్త్రంబులు నాఱునెలల, నీకుమారులఁ జదివింప లేక యున్న
సుతులపని యేమి నన్ను నాశ్రితులలోన, నడప కాప్రొద్దె గ్రామంబు వెడల నడఁపు.
సీ. అని విష్ణుశర్మ పల్కినప్రతిజ్ఞావచ, నంబుల కతఁడు ముదంబు నొంది
యనుపమభూషాంబరాదులఁ దనిపి సం, భావించి సుతుల నప్పనము సేయ
సరవిఁ దొల్లిటినీతిశాస్త్రంబు లన్నియు, సంక్షేపరూపవిస్పష్టముగను
దంత్రంబు లైదింటి ధరఁ బ్రసిద్ధము గాఁగ, నేర్పడఁగాఁ జేసె నెవ్వి యనిన
గీ. మిత్రభేద మనఁగ మెఱయ సుహృల్లాభ, మనఁగ సంధివిగ్రహం బనంగ
లబ్ధనాశ మనఁగఁ లలి నసంప్రేక్ష్యకా, రిత్వ మనఁగఁ బరఁగుకీలి మెఱయ. 60
చ. అమరినయట్టితంత్రముల నైదిటియందును సర్వనీతిశా
స్త్రముల సుభాషితంబులను సారకథాబహుళంబు భూవగో
త్తమతనయానుబోధమును ధారుణి లోకహితంబుగాఁ గ్రమ
క్రమమునఁ గావ్యరూప మెసకంబుగఁ జేసెను వానిలోపలన్. 61
వ. ప్రథమతంత్రం బగుమిత్రభేదం బెట్టి దనిన. 62
క. మృగపతియును వృషభంబును, మిగులఁగ సఖ్యంబు చేసి మెలఁగఁగ వనిలో
మృగధూర్తం బొకటికి, విగత స్నేహంబు చేసి విఱియఁగఁ జేసెన్. 63
గీ. అనిన నృపకుమారు లాకథ మాకెఱిం, గింపుఁ డనుచుఁ బలుక నింపు మిగుల
సావధానబుద్ధి సకలంబు వినుఁ డని, చెలఁగి విష్ణుశర్మ సెప్పఁ దొడఁగె. 64

గీ, కలదు దక్షిణాపథమునఁ గనకరత్న, రాజితం బయి మహిళారోపురం బనంగ
వర్ధమానుం డనంగ సార్థవాహుఁ డుండు, నధిక సంపత్సమృద్ధిచే నతిశయిల్లు. 65

వ. ఇట్లున్న సార్థవాహుం డొక్కనాఁడు తనధనంబు వృద్ధి నొందించుటకుఁ దలంపు పుట్టి యి ట్లనియె. 66

గీ. అరసి లేనిచోట నర్థ మార్జింపంగఁ, దగినయది సురక్షితంబు గాఁగఁ
జేసి వృద్ధిఁ బొందఁ జేయుటెఱుంగున, నట్టిధనము సద్వ్యయంబు సేయ. 67

క. నేరవలె నివ్విధంబున, నేరుపు లేకున్నవాని నిలయమున ధనం
బేరీతి నిలువ దది ని, ష్కారణ మయి విఱియఁ బొలఁ గానరు మూఢుల్. 68

వ, అవ్విధం బెట్టి దనిన. 69

సీ. సంగతు సేయనిస్వర్ణ మప్పుడె చెడు, వృద్ధిఁ బొందింపనివిత్త మెడయు
ననుభవతకు రానియర్థంబు గల్గియుఁ, లేనిఫలమె కాని లేదు సుఖము
తగ నుపార్జించియు ధనము పాత్ర మెఱింగి, దక్షత నిడిన సంరక్ష యదియ
నిండినసరసికి నెరయ వాటము గాఁగ, నలువులు దీర్చినయట్లు కాన
గీ. ధనము లార్జించి సంరక్ష తగ నొనర్చి, వృద్ధిఁ బొందించి యనువుగా వెచ్చపెఱిచి
నడవ నేర్చినవానిజన్మంబు సఫల, మున్నవారలజీవన మెన్న నేల. 70

వ. అని వర్ధమానుండు వెండియుఁ దనమనంబున నిట్లు తలంచె. 71

చ. తమయుదకంబు వాహినులు ద్రావనిభంగి ఫలించినట్టివృ
క్షములు ఫలంబులం దిననిచందమునన్ జలదంబు నీట స
స్యములకుఁ దృప్తిఁ జేసి యవి సమ్మతిఁ గోరక యున్నమాడ్కి ను
త్తములధనంబు సజ్జనులఁ దార్కొను బ్రత్యుపకారనిస్పృహన్. 72

సీ. అని వర్ధమానుండు తనమదిఁ జింతించి, శకటంబునను బెక్కు సరకు లెత్తి
యందు సంజీవకనందకాఖ్యము లగు, వృషభయుగ్మముఁ గట్టి విపినభూమి
త్రోవ రాజ్యమునకుఁ బోవఁగాఁ దెరువున, నిమ్నోన్నతంబుల నీల్గి తివియ
జానుభగ్నం బైన సంజీవకుని, గనుఁ గొని వర్ధమానుఁ డాకులత నొంది
గీ. పరిజనుల నాతఁ డుం దున్న సరకు లెల్ల, మోవఁ గట్టడ చేసి సంజీవకునకుఁ
గాపు కొందఱఁ బెట్టి యక్కడఁ దొలంగి, చింత నొందుచుఁ బోవ ననంతరంబ. 73

ఉ. కావలి యున్నయాభటనికాయము నుగ్రవనంబులోపలన్
జావఁగ నేల పోద మని చయ్యన నేఁగి నిజేశ్వరుం గనీ
కోవిదుఁ గాంచి యొక్కహరి కూడఁగ ముట్టిన నేము పాఱ సం
జీవకుఁ బట్టి చంపె నది చెప్పఁగ సిగ్గగుచున్న దెంతయున్, 74

క. అని యివ్విధమున వారలు, వినయం బెసఁగంగ వచ్చి వినిపింప నిజం
బని సంజీవకుఁ దలఁచుచు, మనికితపడుచుండె వర్ధమానుఁడు బుద్ధిన్. 75

వ. అట సంజీవకుండు. 76

చ. విఱిగినకాలు వచ్చి యటవీస్థలి నాయువుకల్మిఁ జేసి యే
డ్తెఱఁ జని పూరి మేసి కడుఁ దియ్యనిచల్లనినీరు ద్రాగి పై
యెఱుఁగక సత్త్వసంపద వహించి భయం బొకయింత లేక య
క్కఱ నొకనాఁడు దప్పి యెసఁగ న్నదికిన్ వడి నేఁగుచున్నెడన్. 77

గీ. ఆవనంబునఁ బింగళకాఖ్యుఁ డయిన, సింహ మధికజంతువుల శాసింప నధిపుఁ
డగుచు నిజభుజవిక్రమశ్లాఘ్యమహిమ, ననుభవించుచు రాజ్యంబు నట్లు కాఁగ. 78

క. అభిషేకాదిక్రియలను, విభవము లేకయును ఘోరవిపినంబులలోఁ
శుభగోన్నతవిక్రమమునఁ, బ్రభు వై సింహము మృగాధిపతిర్ద్యు వెలసెన్. 79

వ. ఇట్లు సకలవనజంతునియామకుం డై పింగళాఖ్యుఁ డగుహర్యక్షముఖ్యుండు వనంబున
వెలుంగుచుండె. 80

శా. ఆసింహం బొకనాఁడు దప్పి గొని తోయంబానఁ గాంక్షించి చే
రాసం దా యమునాతరంగిణిని డాయం బోవుచో నవ్వలన్
భూసంత్రాసకరాంత్యకాలజలదప్రోద్భూతగర్జోపమ
వ్యాసంగంబుగ ఱంకె వైచె నొకచో నాఁబోతు కాల్ద్రివ్వుచున్. 81

క. బెడిదంబుగ నవ్విధమున, నడరినసంజీవకునిమహాధ్వని విని య
ప్పుడ మృగపతి తనయాత్మం, గడు శంకం బొంది యచటఁ గదలక యున్నన్. 82

గీ. అతనిమంత్రితనయు లైనట్టికరటక, దమనకాఖ్యు లపుడు తద్విధంబుఁ
దెలిసి దమనకుండు తెఱఁ గొప్పఁ గరటకు, తోడఁ బలికె నగవు తోఁప నపుడు. 83

గీ. ఇంతరాజు మాఁడు వింతశబ్దము విని, నదికి నీరు ద్రావఁ గదల వెఱచె
దీనికారణంబుఁ దెలియుద మే యన్నఁ, గరటకుండు పలికెఁ గడఁకతోడ. 84

క. మన కేమికారణం బీ, పనులు విచారింపఁ దగనిపనికిం జనినన్
మనుజుండు నొచ్చు ము న్నొక, వనచర మొకతగనిపని నెపంబున నీల్గెన్. 85

వ. అనిన విని దమనకుం డవ్విధం బెట్లనినఁ గరటకుం డిట్లనియె. 86

చ. ఒకనగరంబుచేరువ మహోన్నతదేవగృహంబు జీర్ణ మై
వికలత నొంది యర్ధము భువిం బడి యుండఁగ దానిఁ జూచి యు
త్సుకమతి నొక్కవైశ్యుఁ డది తొల్లిటియందము నొందునట్లుగా
నచటిలవృత్తిఁ జేయుఁ డని యర్థ మొసంగిన శిల్పకారులున్. 87

క. ఇయ్యకొని నగరు గట్టుచు, నయ్యెడ నొకచేవదూల మది పలకలుగా
వ్రయ్యుటకు నాడనాడను, జయ్యనఁ గీలములు గాఁడఁ జఱచినపిదపన్. 88

గీ. ప్రొద్దు చేరఁబడినఁ బోయి రిండ్లకు వార, లాసమీపతరుల నాశ్రయించి
తిరుగుమర్కటములు దేవాలయంబున, కవల నివల మెలఁగునట్టియెడను. 89

సీ. గుడి యెక్కి తరులపైఁ గుప్పించునవియును, దరువులపైనుండి దాఁటునవియు
సురతరుశాఖల నూఁగాడునవియును, బ్రాకారములు ప్రాఁకి పాఱునవియు
గోపురంబులమీఁదఁ గూర్చుండునవియును, గోళ్ళఁ బ్రక్కలు వీఁపు గోఁకునవియు
నిక్కుచు బొమ లెత్తి వెక్కిరించెడునవి, యొండొంటితోఁ బోరి యాడునవియు

గీ. నిట్టి వానరయూథంబు లిట్టు నట్టు, సహజ మగుచాపలంబున సంభ్రమింప
వానిలోపల నొకవృద్ధవానరంబు, దూరముగఁ బాఱి తా విధిప్రేరణమున. 90

క. కీలాకీర్ణ స్తంభము, లోలతపై నెక్కి నెఱియలో నందంబుల్
వ్రేలంగ రెండుకరముల, సీలం బెకలించి లావుచేఁ దిగియంగన్. 91

క. బిగు వెడలి సీల యూడిన, నగచరు బీజంబు లిఱుక నానొప్పిఁ గడున్
వెగ డొంది మొఱలు వెట్టుచుఁ, దెగియెన్ మర్కటము దానిత్రిమ్మట వింటే.

వ. కావునఁ దమకుం గారణంబు లేనిపనికిం జొచ్చినమానవుల తెఱం గిప్పుడు చెప్పిన మర్కటవ్యాపారంబుచందంబు మన కిది విచారింప నేమిపని మనయేలిక భక్షింపఁగా మిగిలిన మాంసం బున్నయది భక్షింతము రమ్మనిన విని దమనకుండు రాజులం గొలిచి తనకడుపుఁ బ్రోచుకొనుమాత్రం బైనఁ గొలువ నేల విను మని యిట్లనియె

క. మిత్రుల కుపకారంబును, శత్రుల కపకారమును నిజంబుగఁ జేయన్
క్షత్రియులఁ గొలుచుట యుదర, మాత్రముకొఱ కైన సేవ మహిఁ గొఱ యగునే.

క. ఒక్కరుని బ్రతుకువలనన్, బెక్కండ్రు మహాసమృద్ధిఁ బెరుఁగక యున్నన్
ముక్కునఁ బొడుచుక తినియెడి, కొక్కెర తనకడుపుఁ బ్రోచుకొనదే తలఁపన్. 95

సీ. స్వల్పవసాస్నాయుసంయుతకటినాస్థిఁ గొఱుకు నాఁకలి మానుకొఱకుఁ గుక్క
సింహంబు తనయంకసీమ జంబుక మున్న. దృష్టించి మఱి దాని తెరువు వోక
శుంభదుజ్జృంభిత కుంభికుంభంబుల, మెదడు భక్షింపంగ మదిఁ దలంచు
హీనులు నధికులు నైనమానవులును, దమతమకొలఁది సత్వములఁ దలఁతు

గీ. రఖిలకర్మంబులను గాన నాత్మశక్తి. కనుగుణం బైనఫలములె యావహిల్లు
నట్లు నీవును జాతిమర్యాదతోడి, తలఁపుఁ దలఁచితి విది దొడ్డతనము గాదు. 96

క. అదియునుం గాక. 97

సీ. వాలంబు నులిచియు నేలఁ గాళ్ళడఁచియు, ధాత్రిపైఁ బొరలియుఁ దాల్మి విడిచి
వదనంబుఁ దెఱచియు నుదరంబుఁ జూపియుఁ, బెక్కుపాట్లను బడ్డ కుక్క కొక్క
కడియోఁ డన్నమె కాని కడుపార నిడఁబోరు, నాగంబునకుఁ బ్రార్థనంబుతోడఁ
గబళశతంబులు కరమున కందియ్య, నాఁకలి దీఱంగ నది భుజించు

గీ. సెంతకార్పణ్యపడినను హీనజాతి, కెవ్వరును నీరు కడు నల్ప మిచ్చిరేని
ఘనున కూరక యుండంగఁ గాంతు దీఱ, గురుతరార్థంబు లిత్తురు ధరణిపతులు.

క. ఘనవిద్యావిక్రమములు, మనుజేంద్రులు సూచి మెచ్చ మఱి బ్రతికినఁ గా
కనయంబుఁ దోఁక నులిచిన, శునకమునకుఁ గడెడుకూడ నూడక యుడరే. 99

గీ. పౌరుషజ్ఞానకీర్తులఁ బరఁగెనేని, వానిసంపద యొకపూఁట యైనఁ జాలు
నుదరపోషణమాత్రకై యుర్విమీఁదఁ, గాకి చిరకాల మున్న నేకార్య మగును.

గీ. అల్పజలముల మొరపవా గడరి పాఱు, నల్పధాన్య మొదవు మూషకాంజలికిని
స్వల్పఫల మబ్బెనేనియు స్వల్ప మనక, యల్పుఁ డానందమును బొందు నల్పలీల.

క. సరవి హితాహితగుణముల, వెర వెఱుఁగక చవికిఁ జదువు వింతగ నాత్మో
దరభరణకేవలేచ్ఛం, బరఁగెడునరపశువు పశువుప్రతి యన వినవే. 101

వ. అనినఁ గరటకుం డిట్లనియె. 102

క. మనము ప్రధానులమే యే, పనులకుఁ గర్తలము గాము బహునీతులకుం
బని యేమి యనిన నతనికి, విను మని దమనకుఁడు వల్కె వివరం బెసఁగన్. 103

గీ. భాగ్యవశమున బుద్ధిసంపన్నుఁ డగును, బుద్ధిబలమున నృపులకుఁ బూజ్యుఁ డగును.
నృపులు మన్నింప నయకళానిపుణుఁ డగుచుఁ, బూని రాజ్యంబునకుఁ బ్రధానుఁ డగు

వ. కావునఁ బ్రధానపదవికిం బ్రాప్తంబు గలిగినం గలుగుఁగాక దాన నేమి చోద్యంబు
విను మని యిట్లనియె. 105

చ. నడవడి మంచి దైనను జనంబులు పెద్దఁగఁ జూతు రాతనిన్
నడివడి చక్కఁగానినరు నచ్చిన చుట్టము లైనఁ జేరనీ
కడ గలుగంగఁ దోలుదు రహీనతయున్ లఘువృత్తియు న్మహిన్
నడివడిచేత వచ్చు టది నైజము దీని నెఱుంగ వింతయున్. 106

చ. ఒడికముతోఁ బ్రయత్నమున నెక్కు మహాశిలఁ గొండమీఁదికిన్
గడపఁగ భార మచ్చటిది గ్రక్కున భూమికి డిగ్గఁ ద్రోవఁగాఁ
గడు సులభంబ యట్లు గుణగణ్యుఁ డనం బొగ డొందు టద్భుతం
బుడుగక దుర్జనుం డనఁగ నుండుట దా సుకరంబు ధాత్రిలోన్. 107

క. అని దమనకుండు సెప్పిన, విని కరటకుఁ డతనితోడ వివరించితి వీ
వను వైననీతివాక్యము, లెనయఁగ నీతలఁచుకార్య మెయ్యది సెప్పుమా. 108

మ. అనినన్ వానికి నిట్లనున్ దమనకుం డత్యంతభీతస్థితిన్
మనరా జేటికిఁ బోవఁగా వెఱచియున్నాఁ డిప్డు కంటే యనన్
విని యేభంగి నెఱింగితీ వనిన భావింపంగ నేకార్యమై
నను భావజ్ఞులయంతరంగములఁ గాన న్వచ్చు భావింపుమా. 109

చ. పలికినస న్నెఱిఁగి పశుపంక్తులు సెప్పినయట్ల చేయు శి
క్షుల హయకుంజరంబులు వశం బయి మోచుకపోవు నట్లు ము
ర్త్యులు తమబుద్ధిలే కెదిరియుక్తిఁ జరించిన వార లేటికిన్
వెలయఁ బరేంగితం బెఱుఁగ నేర్చుట గాక వివేక మిన్నుహీన్. 110

ఉ. కావున నిప్పు డివ్విభునిఁ గన్గొని చిత్తము వచ్చునట్లుగా
సేవ యొనర్చి మన్ననలఁ జెందెద నన్న నతండు మున్ను ధా
త్రీవిభులన్ భజింపవు తదీయచరిత్ర లెఱుంగు దే యనన్
గోవిదవృత్తి భూపతులఁ గొల్వఁగ నేర్తు నటంచు నిట్లనున్. 111

గీ అతిసమర్థుల కిల నసాధ్యంబు లేదు, షోల నుద్యోగికిని దూర భూమి లేదు
విద్య గలవాని కెందును వింత లేదు, వఱలఁ బ్రియవాదికిని శాత్రవంబు లేదు. 112

వ. అనినం గరటకుం డతని కిట్లనియె మనస్వామిచిత్తవృత్తి యెఱుఁగనినీకుం గదియ నెట్ల
గు ననిన నతం డిట్లనియె రాజు మన్నించుసేవకులపొందునం బోయి న న్నెఱింగించు
కొని యాసన్నవర్తనుండ నయ్యెద విను మని యిట్లనియె. 113

ఉ వీనికి విద్య లే దనరు వీఁడు కులస్థుఁడు గాఁ డనారు మే
ధానిధి వీఁడు గాఁ డనరు తమ్ము భజించినఁ జాలు నెప్పుడున్
మానవనాథులున్ సతులు మవ్వ మెలర్చినపువ్వుఁదీఁగెలున్
మానకపార్శ్వసంశ్రితసమాజముఁ బూని గ్రహించు నిచ్చలున్. 114

క. కోపప్రసాదచిహ్నము, లేపార్థివునందు భృత్యుఁ డెఱిఁగి చరించున్
దీపించి వాఁడు నృపుచే, నేపారఁగ మంతుకెక్కు నెక్కుడుకరుణన్. 115

వ. అనినం గరటకుండు నేఁడు నీవు రాజుసమ్ముఖంబునకుం బోయి యేమని పలుకంగల
వాఁడ వనినం దమనకుం డిట్లనియె. 116

క. ఉత్తరమునఁ బొడమెడుఁ బ్ర, త్యుత్తర ముత్తరము లేక యుత్తర మగునే
హత్తినసువృష్టివలనన్, విత్తులకుం బొడమినట్టివిత్తులఁ బోలెన్, 117

వ. అని మఱియును. 118

చ. నరుల కపాయదర్శనమునం బ్రభవించిన యావిపత్తియుఙ్
సరవి నుపాయదర్శనవశంబున వచ్చినకార్యసిద్ధియుఙ్
వెరవున బుద్ధిమంతులు వివేకమునఙ్ దగునీతిసంపదఙ్
దిరముగ మున్న కాంతురు మదిం దలపోయుచు నిక్కువంబుగన్. 119

వ. కావున నిమ్మహీపతికి సంప్రాప్తకాలం బైనవిన్నపంబు చేయుఁడు నెట్లనిన నప్రాప్తకాలవచనంబు లుపన్యసించి బృహస్పతి యైన నవమానితుం డగు దేశకాలపరిజ్ఞానం బెఱుంగక గుణహీనులు ప్రయోగించినసుభాషితంబులు వ్యంగ్యంబు లగు నని మఱియు నిట్లనియె. 120

క. తననడవడి సత్పురుషులు, కొనియాడఁగ నుబ్బ కదియ గుణముగఁ దద్వ
ర్తనము న్వదలక యుండిన, మనుజుఁడు పూజ్యుండు జనసమాజములోనన్. 121

వ. అని మఱియు నిట్లనియె సేవకులు రాజులం గొలువ నెట్లు వచ్చు వారు పర్వతంబులుం బోలెఁ బ్రకృతివిషములుఁ జలగ్రాహులు నని పలుకవలదు. 122

గీ. ఎవ్వరెవ్వరియాత్మల కెద్ది హితము, వారివారికి ననుగుణవర్తనమున
బుద్ధిమంతుఁడు శీఘ్రంబ పొసఁగ మెలఁగి, యతని వశ్యునిఁగాఁ జేయు నాత్మునంబ.

గీ. చటులసింహశరభశార్దూలగజముల, వశ్యములుగఁ జేయ వచ్చు ననఁగ
నరయ మిగులఁ దక్షు లగువారలకు నల్ల, యవనిపతులు వశ్య లగుట యెంత. 124

వ. అనినం గరటకుండు దమనకా నీకుఁ గార్యసిద్ధి యయ్యెడు మరుగు మనిన దమనకుండు పింగళకుసమ్ముఖంబునకుఁ బోయి మ్రొక్కిన నాసీనుంగా నియమించి కృపాకటాక్షంబు లొలయఁ బింగళకుండు నిన్నుఁ జిరకాలంబునకుఁ బొడగంటిమి భవదాగమనంబునకు నిమిత్తం బేమని యడిగిన దమనకుండు భవత్పాదపద్మంబులకు నావలనం బ్రయోజనంబు గలుగుటం జేసి పనివింటి నమాత్యుం డైనవాఁడు దనయేలికకు నవసరంబు గలయప్పుడు కార్యాకార్యంబు లెఱింగింపఁ బిలువకున్నను గదియవలయు నేనకా దెట్టిమానవుం డైననుం బార్థివేంద్రునకు నొక్కొక్కవేళం బ్రయోజనపడు నని యిట్లనియె. 125

గీ. కర్ణములతీఁట దంతనిర్ఘర్షణంబు, వేఱుతృణకాష్ఠములఁ గాని తీఱ దనిన
సంగవాక్పాణిపదముల నమరునట్టి నరుఁడు గొఱగాక యుండుట ధగణి గలదె.

ఉ. ఒప్పమి సజ్జనోత్తమున కొక్కయెడఙ్ బ్రభవించెనేనియుఙ్
దప్పదు ధైర్యవృత్తి సతతంబును బూర్వపథంబు నగ్నిఁ దా
నొప్పర వేల్మిఁ బట్టునెడ నూర్ధ్వముఖంబులు గాక తచ్ఛిఖల్
దప్పి యధోముఖంబు లయి తాఁకిన నేర్చునె యెన్నఁడేనియున్. 127

వ. అని మఱియు విశేషజ్ఞుం డైనమహీవల్లభునకు సర్వంబును మున్న గానంబడు నెట్లంటేని. 128

మ. హాలికుం డొప్పి సమస్తబీజముల నయ్యైవేళలం జల్లుచో
నెలమిం బుట్టినకోమలాంకురముల న్వీక్షించి మున్మున్న తాఁ
దెలియున్ సస్యఫలంబు లాకరణి నర్థిన్ బుద్ధిమంతుండు వ
ర్త్యులయాకారము సూచి నిశ్చయము సేయున్ దన్మనోవృత్తులన్. 129

క. నరపతి భృత్యులఁ దొడవుల, నొరసి తగిననెలవులందు నునుపక యున్నన్
జరణంబునఁ జూడామణి, శిరమున నందియయుఁ బెట్టు చెలువము గాదే. 130

గీ. కుందనము గూర్ప నర్హమై యందపడిన, పృథులరత్నంబు వెండిలోఁ బెట్టెనేని
రత్నమున కేమికొఱయగు రాజు బంటుఁ, దగినపనిఁ బెట్ట కుండినఁ దగవు గాక.

ఉ. ఈతఁడు బుద్ధిమంతుఁ డగు నీతఁడు నా కనురక్తుఁ డేలఁగా
నీతఁడు తా జడుం డని మహీశ్వరుఁ డాత్మ నెఱింగి వారి నా
రీతుల నేర్పడ న్మనుపఁ బ్రీతి దలిర్పఁగ నట్టివార లా
భూతలనాథునిన్ విడిచిపోవక కొల్తుర యెల్లయప్పుడున్. 132

క. తురగంబులు నాయుధములు, నరుమగ శాస్త్రములు వీణ యావాణియు నే
ర్పరి యగు నరుండు నారియుఁ, బురుషవిశేషంబు నొంది పొరి నుతి కెక్కున్. 133

క. అని పలికి దమనకుం డి, ట్లను నన్ను సృగాలమాత్ర మని నీచిత్తం
బునఁ దలఁపక నావిన్నప, మనఘాత్మ వినంగఁ దగుఁ బ్రయత్నముతోడన్. 134

సీ. సూకరరూపంబు భీకరంబుగఁ దాల్చి, పుండరీకాక్షుండు పొగడు వడఁడె
మృగరూపమునఁ బుట్టి జగతిఁ బ్రసిద్ధుఁ డై, ముని సురేంద్రునిచేత మ్రొక్కు గొనఁడె
ఛాగస్వరూపంబు షణ్ముఖుండు ధరించి, సురసమూహమునఁ బ్రస్తుతి గనండె
యింద్రాగ్ను లిరువురు నెసగంగఁ బక్షు లై, పృథులసత్కీర్తులఁ బెంపు గనరె

గీ. యల్పజంతువు లని వారి నాదరింప, కుండె నే తొల్లి సురమునిమండలంబు
గాన నీవును ననుఁ జుల్కఁగాఁ దలఁపక, చిత్తమునఁ జేర్చి నామాట చిత్తగింపు.

వ. అని మఱియును. 135

క. అసమర్థుఁ డైనహితుఁడును, నసమానసమర్థుఁ డైనయహితుండును న
వ్వసుధాధిపునకుఁ గొఱ గా, రెసఁగఁగ నాశక్తిభక్తు లెఱుఁగఁగవలయున్. 136

వ. అని పల్కి వెండియు. 137

సీ. అవివేకి యగు రాజు నంటినప్రజలందు, నెట్టివారును మతిహీను లగుదు
రట్టివా రాసన్ను లై మహీశ్వరుఁ గొల్వ, రెడపక పెద్దలు విడుతు రపుడ

పెద్దలు విడిచినఁ బెరిఁగి యన్యాయంబు, ప్రబలంబు గాఁగ ధర్మంబు తొలఁగు
ధర్మంబు తొలఁగిన ధాత్రీతలం బెల్లఁ, జీకాకు పడి రూపుచెడి యడంగు

గీ. రాజు పరిసరవర్తులు రాష్ట్రజనము, మున్న నశియించి చనుటకు మోస లేదు
గాన సర్వజ్ఞుఁ డనఁగ లోకంబుచేత, వినుతి బొందినరాజు వివేక మమరు. 138

గీ. అనుచు నిట్లు దమనకాఖ్యుండు పలికిన, నర్థిఁ బింగళుండు నతని కనియెఁ
బొసఁగ మాకు మంత్రిపుత్త్రుండ వగుటను, జెప్పఁ దగినబుద్ధి సెప్పఁ దగదె. 139

క. అన నతఁడు విన్నవించెద, ననఘా! యుదకార్థి నగుచు యమునానదికిం
జనుచుండి వెఱఁగుపడి ని, ల్చినకారణ మేర్పడంగఁ జెప్పుము నాకున్. 140

వ. అనిన నాతం డిట్లనియె. 141

సీ. ఈయున్నవన మెల్ల నాయధీనం బిది సర్వసత్త్వవ్రాతసంకులంబు
కడిమి నిన్నాళ్లును గదల కుండితిమి యీ, విపినంబు నేఁ డింక వెడలవలసె
నెట్లన్న నొకశబ్ద మేమని చెప్పుదు, నశనినిర్ఘోషంబు ననుకరించి
నాకర్ణముల సోఁకినను భయం బొదవిన, విన్నచోటనె నిల్చి యున్నవాఁడ

గీ. శబ్ద మూహింప నుత్కృష్టజంతువునకుఁ, గాని యల్పజంతువునకుఁ గలదె యట్టి
దేమి సేయుదు ననిన మృగేంద్రునకును, దమనకాఖ్యుండు వల్కె నందంద మ్రొక్కి.

వ. దేవా శబ్దమాత్రంబునకు శంకింపం బని లే దవధరింపు మని యిట్లనియె. 143

గీ. బహుజలంబుల సేతువు పగిలిపోవు, విను మరక్షితమంత్రంబు విఱిసిపోవుఁ
గొండియంబున సఖ్యంబు గ్రుంగిపోవుఁ, గఠినభాషలఁ బడిపోవుఁ గాతరుండు. 144

వ. అని మఱియును. 145

క. నీ విన్నశబ్ద మిప్పుడ, యే విని తెలిసితిని బుద్ధి నెంతయు మును దా
భావించి నక్క తెలియదె, దేవా ఘనదారుచర్మతీవ్రధ్వనులన్. 146

వ. అనినం బింగళకుం డవ్విధంబు తెలియం జెప్పు మనిన నతం డిట్లనియె.

గీ. ఎసఁగు నాఁకటి పెల్లున నిందు నందు, నడవిఁ జరియించి యాహార మబ్బకునికి
నలసి యొకజంబుకంబు భాగ్యమునఁ గాంచెఁ, గలహ మొనరించి పోయినకదనభూమి.

సీ. అఱిమఱి నంతంతఁ దఱుచుప్రోవులు గట్టి, యఱవఱలై యున్నయరదములును
దొండముల్ గొమ్ములుఁ దొడలు మస్తకములు, ఖండంబు లైనవేదండతతులుఁ
జరణంబు లూరులు బరులుఁ గంధరములుఁ, దునకలై పడియున్నతురగములును
గంకణాంగదములఁ గడు నొప్పి విఱిగిన, బాహుదండంబులభటకులంబుఁ

గీ. గలిగి భీభత్సరౌద్రశృంగారములకు, నాస్పదంబుగఁ గనుపట్టునట్టినేల
కౌతుకంబునఁ బొడగాంచి కదియునంత, నవల నొకమహాధ్వని గుండె లవియ నిగుడ.

సీ. అమ్మహాధ్వని విని యత్యంతభయముతో, మృగధూర్త పట్టిట్టు మెదల వెఱచి
కను మూసి తెఱవ కెక్కడఁ జొత్తు నని బుద్ధి, శోకించి కను విచ్చి చూచునంత
ధారుణిఁ బడి యున్న భేరీముఖంబునఁ, దరుశాఖ గాలిచేఁ దాఁకుచుండఁ
బొడగని తనలోనఁ బొడమినభయ మెల్లఁ బోయిన నాభేరి డాయ వచ్చి
గీ. యప్పు డిది గాన నేరక యధికభీతిఁ, బాఱిపోవఁగఁ జూచితిఁ బట్టు విడిచి
సొలవ కిది భాగ్యదేవత చూపె నాకు, ననుచు నానక్క యాత్మ ని ట్లని తలంచె.
గీ. ఇది మహాభోజ్య మిచ్చట నొదవె నాకు, నిప్పు డిది వ్రచ్చుకొని చొచ్చి హిత మెలర్ప
వలయుమాంసంబు భక్షింపవచ్చు ననుచు, సొలవ కాభేరి వ్రచ్చి తాఁ జొచ్చి చూచి.
వ. ఆమృగధూర్తం బందు నేమియుం గానక వృథాస్థూలం బని పోయెం గాన శబ్దమాత్రంబునకు శంకింపం బని లే దెచ్చట శబ్దంబు వినంబడె నచ్చటికిం బోయి తెలిసికొని వచ్చెదం బనుపు మని యతండు వనుప సంజీవకుం డున్న యెడకుం బోయి యి ట్లనియె.
సీ. ఎఱుఁగు మృగేంద్రునిహితభృత్యుఁగా నన్ను, నతఁడు నీయున్నెడ కరుగు మనిన
వచ్చితి నాతఁ డివ్వనజంతుకోటికి, నధిపతి గావున ననఘ నీవు
నాయనపంపు చేయక యొంటిఁ దిరుగుట, తగవు గా దతనిపాదములు గనుము
మంత్రి వై తత్కార్యతంత్రంబు తీర్పుము, వెఱవక రమ్మన్న విని యతండు
గీ. సమ్మతించిన మృగపతిసమ్ముఖమునఁ, దాను మును నిల్పి మృగనాథ యేను బోయి
మున్ను నీవిన్నశబ్ద మిమ్ముగ నెఱింగి, తెలిసి వచ్చితి నీపాదములు భజింప. 153
వ. అది కావించినయతండు దేవర మన్నింప నర్హుం డని చెప్పి మఱియు నిట్లనియె. 154
సీ. అడరి మహాబలుం డధికసత్త్వంబున, నురుతరువ్రజముల నురులఁ గొట్టి
నీచంబు మృదువుపై నెరయ నానత మైనకసవుఁ బెల్లగిలంగ విసర నెల్లఁ
డబ్బంగి నధిపుండు నల్పులదెసఁ బోక, ఘనతరారాతుల గండడంచు
నట్లు నీవును మహాహంకారమృగములఁ, దగిలి సాధింపంగఁ దగుదు గాన
గీ. సాధుజంతుమాత్రంబుల బాధపఱచి, యుదరపోషణ మొనరించుచున్న హరులు
సాటి సేయంగఁ దగునె యీజగతి నీకు, శౌర్యగుణధామ మృగకులసార్వభౌమ.
క. అని కీర్తించుచుఁ దమనకుఁ, డనఘా నీ వపుడు వినఁగ నార్భట మటఁ జే
సినయాతఁడు సంజీవకుఁ, డనఁ జనువృషరాజు సౌమ్యుఁ డనఘుఁడు బుద్ధిన్. 156
తరల. అతఁడు నీకును మంత్రి గాఁదగు నాయనం గొనివత్తు నే
నతులవిక్రమ పోయి వచ్చెద నన్న నాతఁడు పొమ్మనన్
వితతవాక్యవివేకసంపద వింతభావము మాన్చి తాఁ
జతురతన్ వృషభేంద్రు సింహముసమ్ముఖంబునఁ బెట్టినన్. 157

క. అదిమొదలుగ సంజీవకు, వదలక మృగనాథుఁ డధికవాత్సల్యం బిం
పొదవఁగఁ దనయొద్ద సచివ, పదవికిఁ దగు విభవ మిచ్చి పనిగొనునంతన్. 158

మాలిని. కరటదమనకాఖ్యుల్ గాఢచింతాంతరంగ
స్ఫురితబహువిధోక్తుల్ శోకమూలంబు గాఁగన్
బరఁగఁగఁ దమలోనన్ బల్కుచున్నట్టివేళం
గరటకుఁ డను వానిం గర్ణశూలంబు గాఁగన్. 159

గీ. సరవి నిన్నాళ్ళు నీమహేశ్వరుఁడు మనలఁ, బ్రజల నెక్కుర లేకుండ భక్తిఁ బ్రోచె
వెనుక సంజీవకుండు వచ్చినదిమొదలు, విడిచె నిది భవత్కృతదోషవిధిని కాదె.

వ. అనిన వానికి దమనకుం డిట్లనియె. 161

ఉ. వావిరి రాజు ప్రాంతపరివారము నెల్లఁ బరిత్యజించి సం
జీవకుఁ బట్టి సేవకులు చెచ్చెర గ్రాసము లేక చిక్కి రేఁ
జూవె విచారదూరమతి చొప్పడ నిద్దఱుఁ బొందు చేసితిన్
దైవము కర్త గాక మఱి తక్కినవారివశంబె చెప్పుమా. 162

వ. అని దమనకుం డస్మత్కృతదోషంబునకు వగవం బని లేదు విను మని యిట్లనియె.

గీ. మేషయుద్ధమధ్యంబున మెలఁగి యొక్క, శివయు నాషాఢభూతిచే సిద్ధమునియుఁ
దొడరి సాలీనిసతిచేత దూతికయును, నాత్మకృతదోషమునఁ గాదె హానిఁ బడిరి.

వ. అనినం గరటకుం డవ్విధం బెఱింగింపు మనిన దమనకుం డిట్లనియె. 165

ఉ. కలఁ డిల దేవశర్మ యనఁగా నొకయోగి యతండు పెక్కు ది
క్కులఁ జరియించి నేర్పెసఁగఁ గూర్చిన యర్థము కంథలోపలం
బొలుపుగఁ బోసి పైచుకొని పోవఁగ నత్తెఱ, గెల్లఁ గాంచి బ్రము
చ్చిలుటకు శిష్యభావమునఁ జేరి యొకానొకదుర్జనుం డొగిన్. 166

గీ. నామ మాషాఢభూతి నా నటన మెఱసి, కదిసి భయభక్తు లతనికిఁ గానఁబడఁగఁ
బరమవిశ్వాస మెసఁగంగఁ బనులు చేసి, మెలఁగునంతటఁ దపసియు మిగుల నమ్మి.

క. ఈకంథ నాకు బ్రేఁ గని, చేకొన నాషాఢభూతిచే నిచ్చి యతం
డాకందువ వనమధ్యత, టాకముఁ బొలుపారఁ జూచి డాసి కడంకన్. 168

క. ఆచమనం బొనరింపఁగ, నాచేరువ మేషయుగళ మత్యుగ్రముగాఁ
ద్రోచియును మస్తకంబులఁ, దాచియుఁ దమలోనఁ బోరఁ దా నవ్వేళన్. 169

గీ. తగరుదోయితలలు దాఁకంగఁ దాఁకంగఁ, బగిలి రక్త మొలికి పడుచు గట్టి
కరడు కట్టు మాంసఖండంబు గాఁ జూచి, ఫేరవంబు మిగులఁ జేర వచ్చి. 170

వ. ఆరక్తం బాస్వాదింపఁ గోరి మేషయుద్ధమధ్యం బని తలంప నెఱుంగక యుద్ధక్షితియం
గుజంబుకంబు జిహ్వాచాపలంబునఁ దద్రక్తం బుపయోగించుసమయంబునన్. 171

క. మును పాసి వెనుక వెనుకకుఁ జని తాఁకుతగుళ్ళనడుమఁ జచ్చిననక్కన్
గనుఁగొని వగచుచు భిక్షుకుఁ, డెనయఁగ నాషాఢభూతి నెలమిం బిలువన్.

వ. వాఁ డంతకుమున్న వసుభరితం బైనయాకంథ నపహరించి చనుటెఱింగి మోసపోయితి
నని భిక్షుకుండు దనమనంబున మేషయుద్ధమధ్యంబున జంబుకంబునకును నాషాఢ
భూతివలనఁ దనకును ననర్థకం బయ్యె ననుచుం జింతింపుచు నస్తమయాసమయంబు
నఁ దత్సమీపనగరంబుఁ బ్రవేశించి యం దొకతంతువాయగృహంబునకుం జని సు
హృద్వ్రాతగోష్ఠిం జెంది సుఖోపవిష్టుం డై యుండె నంత. 172

క. ఆసాలీనికులాంగన, దోసం బన కన్యవిటులతోఁ దిరుగంగా
నాసరసిజాక్షివలనన్, గాసిల్లుచు దానివిభుఁడు కన్నిడియుండెన్. 173

సీ. ఉన్నచో నారాత్రి యొండుబాలికఁగూర్చి, మగఁడు పోవఁగఁ జూచి మది నెఱింగి
తనదుదూతిక యైనతరుణి రమ్మని పిల్వ, నదియుఁ దానును నన్యసదనమునకుఁ
జనునంత నెదురుగా సాలీఁడు వచ్చిన, దూతికఁ దొలఁగించి తోయజాక్షి
పురుషుముందఱ నేఁగి భోరున నిలుచొచ్చి, గరగతోయము దెచ్చి కాళ్ళు గడుగ

గీ. దఱియ భావజ్ఞుఁ డై దానిధార్ష్ట్య మెఱిఁగి, విసువ కొడ లెల్లఁ జెడఁ గొట్టి విఱిచికట్టి
తెల్లవాఱంగఁ జూడు నీ తెఱఁ గటంచు, నిండుమనమున నాతండు నిదురవోవ.

వ. అయ్యవసరంబున. 175

ఉ. దూతిక వచ్చి నీపతి మృతుండునుబోలెను నిద్రవోయెడున్
భీతకురంగనేత్ర యితనిం గనుబ్రామి సుఖింపఁ బొమ్ము నీ
వీతఱి వచ్చునంతకు సహించెదఁ గట్టినరజ్జుబంధముల్
నాతనువల్ల నుంచుకొని నాకుఁ బ్రియం బిది పద్మలోచనా. 177

ఉ. కంతునిఁ బోలునట్టియుపకాంతునితోడ రమించి తేనియున్
సంతస మందె దంచు విలసద్గతి నీకడ కేఁగుదెంచితిన్
గాంత పురాతనుం డయినకాంతుఁడు మేల్కనె నేని వీఁడు కా
లాంతకుఁ డై ననుం దలఁకు నచ్చటికిం జని రమ్ము పొమ్మిగన్. 178

వ. అని దానిరజ్జుబంధంబు లూడ్చి దానికిం బ్రియంబుగాఁ దన్నుం గట్టించుకొని యయ్యా
వతీరత్నంబు ననిచిన నదియు నర్ధరాత్రసమయంబున నిబిడాంధకారంబునఁ బుష్పకో
దండసహాయ యగుచు నుపనాథుమందిరంబుఁ బ్రవేశించె నిటఁ దంతువాయుండు నంత
మేల్కాంచి యంధకారంబుకతంబునఁ దనకాంతె యున్న దా నెఱుంగ కిట్లనియె.

ఉ. ఓసిగులాము న న్నెఱుఁగకుండఁగ నెయ్యెడ కేఁగి తిప్పు డే
వాసియు వన్నెయుం గలుగువాఁడఁ గులంబున నింద తెచ్చి వే
ద్రోసి తలంప నీకరణి దుష్కృత మెవ్వరుచేసినారు నీ
బైసి తొలంగఁ దొత్తువలెఁ బాపెదఁ గూటికిఁ జీరకుం జెడన్. 179

వ. అని మఱియును.

క. నిను విడువలేక పలికెదఁ గనికరమున నేఁడు మొదలుగా నెందేనిన్
జన నని శపథముఁ జేసిన నిను విడిచెద సమ్మతంబె నీకుం దరుణీ. 180

క. అని యిట్లు పలుకుచుండఁగ, విని దూతిక యెలుఁగు చూప వీఁ డెఱుఁగునొ యం
చొనరఁగఁ బలుకక యుండిన, మనమునఁ గ్రోధానలంబు మండుచు నుండెన్.

వ. ఆతంతువాయుం డంతట సముత్థితుం డై యిద్దురాత్మిక నాకుం బ్రమాణంబు సేయు మనినఁ బలుక కూరకున్న యది యిట్టిధార్త్యం బింకను జేయుతలంపుగావలె నని యగ్గలంపుఁగోపంబున దిగ్గన లేచి తీక్ష్ణశస్త్రికం గొని యాదూతికనాసికాచ్ఛేదంబుఁ జేసి క్రమ్మఱ శయ్యాతలంబునకుం జని నిద్రించుసమయంబునఁ దంతువాయుకాంత యుపకాంతునితో నలరువిల్తుకేళిం గలసి వేగంబ వాని వీడ్కొని యంతంత నాలకింపుచుఁ జనుదెంచి దూతికం గదిసి యిట్లనియె. 182

క. పురుషుఁడు మేల్కొని నన్నుం, బరుషంబులు పల్కి నంచుఁ బఱతెంచితిఁ దా
మరసాక్షి వాఁడు మేల్కొని, యరయండు గదా విచార మయ్యెడు నాకున్. 183

వ. అని పలుకఁ గన్నీ రొలుక నల్లన నల్లన యిట్లనియె. 184

గీ. నీవు వోవఁ దడవ నీనాథుఁ డప్పుడె, నిదుర మేలుకాంచి నీ వటంచు
ముక్కుఁ గోసె నింక నెక్కడిసంసార, మమ్మ నన్ను విడువు మరుగవలయు. 185

క. అని యొయ్యఁ బలుక దానిం, గనికర మొప్పంగ విడిచి ఘనబంధములన్
దనతనువునఁ గట్టించుక, వనజానన యుండె దానివల్లభుఁ డంతన్. 186

వ. ప్రబుద్ధుం డగుచు నాసన్నుం డై యోదురాత్మికా యేమిచేసెద వనిన నమ్మగువ యిట్లనియె. 187

ఉ. నన్ను నకారణంబ సరినారులలోఁ దలవంపు సేయుచున్
మిన్నక ముక్కుఁ గోసితివి మిక్కిలి నాకడ నేర మేదియేన్
గన్నది విన్న దింతయినఁ గల్గెనొ యొల్లనివాఁడవై కదా
పిన్నతనంబు చేసి వగపించితి వేమితలంపు చెప్పుమా. 188

ఉ. దేవమహోత్సవం బని సతీమణు లందఱు నేఁగ నేనునుం
బోవఁగ నీవు నా కెదురు బోరన వచ్చినఁ గోక చిక్కితిం

గావునఁ దప్పు నావలనఁ గల్గమి నీవు దలంపకుండినన్
దైవ మెఱుంగఁడే తగనిదండము దండధరుండు చేయునే. 189

క. ఇలువాఁడుదు గరగరగాఁ, దలవాకి టెఱుంగఁ బొరుగుతరుణులఁ గూడన్
గల నైన నన్యపురుషులఁ, దలఁపన్ దులువా పతివ్రతామణిఁ గానే. 190

వ. అని సురమునీంద్రుల నుద్దేశించి యిట్లనియె. 191

ఉ. ఓసురలార యోమునివరోత్తములార భవత్పదాబ్జవి
శ్వాసము నాకుఁ గల్గుట నిజం బగునేని మదీయకాంతుపైఁ
జేసినభక్తి యెన్నఁడును జిందిలదేని వినుండు నేఁడు నా
నాసిక వచ్చుఁగాక జతనంబుగఁ బూర్వగతిం బ్రకాశమై. 192

వ. అని పలికి నిజనాథు నుద్దేశించి యిట్లనియె. 193

చ. ఎఱుఁగక చేసినట్టినను నేమన వచ్చుఁ బతివ్రతాగుణం
బెఱుఁగుటఁజేసి నాకు సుర లిచ్చిరి ముక్కిటు చక్కఁ జూడు ప
ల్లఱపులు మాని యాకసమునందు సురేంద్రుఁడు లోకపాలురుం
దఱుదుగ నన్నుఁ జూచుటకుఁ దార్కొని రందఱుఁ గాన నయ్యెడున్. 194

క. అని తనవల్లభ పలికిన, విని విస్మితుఁ డగుచు లేచి విభుఁ డతిశీఘ్రం
బున దివియఁ గొనుచుఁ గదియం, జని కనియెం దనదుభార్యచక్కనిముక్కున్.

క. పొగడగని తనభామినికిన్, దడయక పదయుగము చేరి దండం బిడి య
ప్పడ తాఁ గట్టినపెడకే, ల్విడిచి ప్రియుఁడు ప్రియను వల్కె వేగినపిదపన్. 196

వ. భిక్షుకుండును నిద్రావిరహితుం డై సర్వవృత్తాంతంబునుఁ జూచుకొని యుండె నట
దూతికయును వస్త్రాచ్ఛాదితముఖకమల యై తన గృహంబునకుం జని శయ్యాతలం
బున నాసీనయై తనపురుషుం డెఱింగిన నేమని మొఱుంగుదు నేమిసేయుదు నెక్కడఁ
జొత్తు నని చింతించుచున్నసమయంబున దానివల్లభుం డైనక్షౌరకుండును మేల్కొని
ముఖప్రక్షాళనంబు చేసికొని తనభార్యం బిలిచి యిట్లనియె. 197

గీ. కత్తు లున్నసంచి కడువేగఁ గొని రమ్ము, పోయి యూడిగమ్ము సేయవలయు
రాజు పిలువఁ బంపె రమణిరో తెమ్మన్న, నదియుఁ గత్తి యొకటి యతని కొసఁగ.

వ. అది పుచ్చుకొని నాపితుం డగ్నికణంబు లొలుకఁ గన్నుల దానిం జారచరం జూచి,

ఉ. కత్తులతిత్తిఁ దే మ్మనినఁ గానక నా కిది యొంటికత్తి నీ
వి త్తతి నేల యిచ్చి తిది యేమి పరాకున నున్న దాన వో
తొత్తులతొత్త వేసడమ దూలపిసాచి యటంచు నాత్మలో
నెత్తినతీవ్రకోపమున నింతిపయిం బడఁ గత్తి వైచినన్. 200

గీ. వాఁటు దాఁకి ముక్కు వ్రయ్యలై పడె నంచు, ముదిత కోకకొంగు మూసికొనుచు
వాడవాడ లెల్ల వడి వెంటఁ దగులంగఁ, బోయి రాచనగరఁ గూయుచుండ. 201

గీ. అపుడు దౌవారికులు విని యవ్విధంబు, నృపుని కెఱిఁగింపఁ బిలిపించి నెలఁతఁ జూచి
యిత్తెఱంగున కేమినిమిత్త మనిన, జనపతికి విన్నవించె నిజంబు తోఁడ. 202

ఉ. తప్పొకయింత లేదు తను దైవము గాఁగఁ దలంతు నేను దా
నెప్పక నాయెడం గినియుచుండు నకారణవైర మూని నేఁ
డిప్పుడు ముక్కు గోసె ధరణీశ్వర యీదురవస్థ నేమిగాఁ
జెప్పుదు నీవ దిక్కనుచుఁ జేరితి నామొఱ యాలకింపవే. 203

వ. అనిన విని భూమీశ్వరుండు నా ప్రొద్దు నాపితుం బిలిపించి వాని కిట్లనియె.

గీ. ఓరి నీభార్య కేల రా యూర కిట్లు, వికృతవేషంబు చేసితి వెఱపు మాలి
యనిన వాఁడు భయంపడి మనుజపతికి, నొండు పలుకంగ నేరక యూర కుండె.

క. ధరణీశ్వరుండు నంతటఁ, బరిజనులం జూచి వీనిఁ బట్టుకొనుచు మీ
రరిగి నగరంబు వెలుపల, నరణ్యదేశమునఁ జంపుఁ డని పనుచుటయున్. 205

వ. అంత భిక్షుకుండు తద్వృత్తాంతం బంతయు నెఱుంగుం గావున నమ్మహీశ్వరుసమ్ము
ఖంబున నిలిచి యాశీర్వాదపురస్సరంబుగా నతని కిట్లనియె. 206

గీ. మేషయుద్ధమధ్యంబున మెలఁగి యొక్క, శివయు నాషాఢభూతిచేఁ జిక్కి నేనుఁ
దొడరి సాలీనిసతిచేత దూతికయును, ముప్పు గను టాత్మకృతదోషములనె యనుచు.

ఉ. చెప్పిన నద్భుతం బెసఁగ శీఘ్రమె నాపితుఁ బిల్వఁ బంచి యే
తప్పును లేదు పొమ్మనుచుఁ దత్తరుణిం బురి నుండకుండఁ బెం
పొప్పఁగఁ దోలఁ బంచి సుజనోత్తము భిక్షుకు నిచ్చ మెచ్చెఁ దాఁ
జొప్పడ భూమిపాలుఁ డని సాం పెసఁగం గథ చెప్పినంతటన్. 208

వ. కరటకుండు నీ వింకఁ జేయఁదలఁచినకార్యం బెయ్యది యనిన నతం డతని కిట్లనియె.

గీ. దృష్టముగఁ గార్య మంతయుఁ దెలియుకొఱకు
నెసఁగులోకప్రవర్తనం బెఱుఁగుకొఱకుఁ
దుది ననర్థకార్యంబులఁ ద్రోచుకొఱకుఁ
దగిన దెయ్యది యదియ మంత్రంబు సుమ్ము.

ఉ. కావున మంత్రభిన్న మయి కార్యము దప్పక యుండ నిష్ఠ సం
జీవకపింగళాఖ్యులకుఁ జేరక భేదము పుట్టునట్లుగా
నేవెర వైనఁ జేయక సహించిన నవ్విభుఁ జేర వచ్చునే
సేవకకోటికిన్ మనకు సీమ దొలంగుట గాక యిత్తఱిన్. 211

వ. అనినం గరటకుం డది యెట్లు సాధ్యం బగు ననిన నతని కిట్లనియె. 212

చ. చెనసి యుపాయమూలమునఁ జేయఁగ శక్యము లైనకార్యముల్
మొనసి పరాక్రమంబున నమోఘముగా నొడఁగూర్ప శక్యమే
కనకవిభూషణంబు గొని కాకము సర్పముఁ జంపె నేర్పుతోఁ
గనఁగ నుపాయసాధ్యములు గానిపనుల్ గలవే తలంపఁగన్. 213

వ. అనిన నక్కథ వినవలతుం జెప్పు మనిన దమనకుం డిట్లనియె. 214

ఉ. వాయసదంపతుల్ తగునివాసముగా నొకవృక్షశాఖపైఁ
బాయక యున్నచో నునికిపట్టునఁ జేరువ పుట్టపట్టునం
దాయతరోషభీషణమహాభుజగేంద్రుఁ డెఱింగి కాచి వా
లాయము గాఁగఁ జంపును జలంబునఁ గాకముకన్నపిల్లలన్. 215

వ. ఇవ్విధంబునఁ జంపి తినుచున్న కృష్ణసర్పంబునకుం దలంకి చేయునది లేక నిరంతర క్లేశంబునఁ జింతింపుచు వాయసంబు తనకాంతకుం బ్రసవకాలం బగుటయుఁ గనుంగొని తనకు నత్యంతమిత్రుం డైనగోమాయువుకడకుం జని కుంభీనసంబు సేయు నపకారంబు చెప్పి యేమి సేయుదు ననిన జంబుకం బిట్లనియె. 216

గీ. తగిలి యుత్తమమధ్యమాధమము లైన, మత్స్యములనెల్ల భక్షించి మలయు బకముఁ
గపటమునఁ దొల్లి కర్కటకంబు చంపె, నట్ల నీవును బగ దీర్పు మనువుపడఁగ.

వ. అనిన వాయసంబు తనకక్కథ వినిపింపు మనిన జంబుకం బిట్లనియె. 218

చ. గురుసరసీతటంబునకుఁ గొక్కెరవృద్ధొకఁ డేఁగుదెంచి ని
ర్భరనియమవ్రతాచరణభావము దోఁపఁగ మోము వాంచి కం
ధరముఁ గుదించి కన్నుఁగవ దార్కొన మూసిన దానిఁ జూచి య
చ్చెరువునఁ గర్కటం బచటఁ జేరి వృద్ధూక్తుల నల్లి నిట్లనున్. 219

గీ. మిగుల నాఁకంటి పెల్లున నొగిలి నీవు, చిక్కియును మీను గదిసినఁ జీరవనికి
యద్భుతం బయ్యెఁ జెప్పుమా యని కులీర, మడుగ దానికి బకవిభుఁ డనియె నపుడు.

సీ. ఏకాలంబుల నైన నిట్టట్టు మెలఁగెడు, మీనుల భక్షించి మేను పెంతుఁ
బెంచుచో నొకనాఁడు పిడుగుఁబోలెడువార్త, నాచెవి నాటిననాఁటనుండి
కడుపు విచారింపఁగడు విచారంబునఁ, జిక్కితి నేమని చెప్పువాఁడ
ననినఁ గులీర మేమని వింటి వీ వన్నఁ, గొక్కెర కన్నీరు గ్రుక్కుకొనుచు

గీ. ననియెఁ గైవర్తులిచటికి నరుగుదెంచి, వలలు నూఁతలు మొదలుగా వలయునట్టి
సాధనంబులు గొని జలజంతుకోటిఁ, బొరిగొనఁగ వత్తు మనఁగను బోసఁగ వింటి.

గీ. అని కుళీరంబుతో బకము పలుక, నచటిమీనంబు లన్నియు నాలకించి
యోబకంబ మమ్మిందఱ నుద్ధరింపఁ, గలిగితివి నేఁటియాపద గడపవలయు. 220

వ. అనినం గొక్కెర యొక్కింతప్రొద్దు చింతించి మీకు నేఁ జేయందగినకార్యం బెద్ది
యనిన నామత్స్యంబు లిట్లనియె. 221

క. ఇంకనిజలములు గలిగిన, నింకొక్కయగాధసరసి నిడినఁ జాలుఁగా
సంకోచింపక మము నీ, యంకిలి వాపుటకు నీవ యర్హుఁడ వెందున్. 222

వ. అనిన నాబకం బిట్లనియె జాలరుల వారింప నశక్తుండఁ గాని మిమ్ము నొక్కొక్కరినె
గ్రక్కున ముక్కునం గబళించుకొని పోయి మీకు ననుకూలం బైనతావునఁ గ్రమ
క్రమంబున నందఱను బెట్టి వచ్చెద ననిన నవి సమ్మతించుటయు నాబకంబు. 223

ఉ. ముక్కున నొక్కటిం గఱచి మొక్కల మేమియు లేక పాఱి తా
నొక్కశిలాతలంబుపయినుండి రయంబున మెక్కి వచ్చి వే
ఱొక్కటిఁ గొంచుఁ బోయి యదియుం దిని క్రమ్మఱఁ బాఱుతెంచి తా
నక్కఱ దీఱ మత్స్యముల నన్నిటిఁ జంపెను గాంక్ష మీఱఁగన్. 224

వ. ఇట్లు క్రమక్రమంబునం గతిపయదినంబుల నాసరోవరంబునం గలమత్స్యంబుల నెల్ల
భక్షించి మఱియుం దనివి చనక మత్స్యంబుల వెదకుచున్న బకంబుం గనుంగొని కర్క
టకం బొక్కటి కదియం జనుదెంచి యిట్లనియె. 225

క. ఇమ్మడువుమీనములతో నిమ్ములఁ గూడాడి పెరిఁగి యున్నాళ్ళను గ్రే
మమ్మున నుండితి నొంటిగఁ, గ్రుమ్మరలే నింక నన్నుఁ గొనిపోవఁగదే. 226

క. నావుడుఁ గుళీరమాంసం, బే వెనుకను నములి యెఱుఁగ నిది నేఁ డొసఁగెన్
దైవంబె యనుచు దానిని, వేవేగం గఱచి పట్టి విహగం బెలమిన్. 227

క. మును మత్స్యంబుల భక్షిం చినయెడకుం గొంచుఁ బోయి శిలపైఁ దా వా
లిన మత్స్యమాంసమేదో, ఘనగంధం బెఱిఁగి యెండ్రి కడుఁ జకితం బై. 228

వ. ఇద్దురాత్ముండు కపటోపాయంబున మీనంబుల నెల్ల నిచ్చోట వధియించె నని యెఱింగి
తనలో నిట్లని వితర్కించె. 229

క. సాహసము లేనివానికి, నూహింపఁగ బ్రతుకు గలదె యొకట ధరిత్రిం
బాహువిజృంభితశత్రు, వ్యూహంబులఁ జంపుఁ జచ్చు నొండె ఘనుఁ డిలన్. 230

వ. అని మఱియుం గుళీరంబు దనమనంబున. 231

ఉ. ఏలొకొ యుద్ధభూమి నొకయించుక నిల్చి జయంబుఁ గైకొనన్
జాలుట లేక పాఱుదుర చావు శరీరము దాఁచఁ దప్పునే

కాలవశంబు గాక యది గానక హీనుఁడు పాఱఁ బ్రాజ్ఞుఁ డా
వేళఁ దొలంగిపో కనుభవించును నిందును నందు సౌఖ్యముల్. 232

వ. అదియునుంగాక. 233

సీ. వైరంబు కోఱ గాదు వసుధ నెవ్వారికి, నట్టిది బలవంత మయ్యెనేని
తగినసాహాయ్యంబు దలగూర్చుకొని పగ సాధింపవలయు నుత్సాహలీల
బలముఁ గూడకమున్న పగతుండు తఱివేచి. గొదగొని చిక్కించుకొనియెనేని
నెదుగక పగరపై నుఱికి చంపుట యొండె, రణమున వారిచేఁ జచ్చు టొండెఁ

గీ. బాఱి కలకాల మెవ్వాఁడు బ్రతుక నంచుఁ, బ్రాణసందేహమునఁ దెగుఁ బ్రాజ్ఞుఁ డెఱిఁగి
సాహసము చేయ నాకును సమయ మనుచు, నుఱికి కొక్కెరకంఠంబుఁ గొఱికి చంపె.

వ. ఇట్లు చంపి యాకుళీరం బెటకేనియుం జనియె నట్లు నీవును గృష్ణసర్పంబు భంజింపు
మని యుపాయంబుం జెప్పినఁ దెలిసి వాయసంబు జంబుకంబు ననిచి నిజనివాసంబు
బునకుం జనియెఁ దదనంతరంబ. 235

ఉ. ఆమఱునాఁడు వాయసము నాపుర మేలుమహీశుమందిరా
రామములోనఁ గ్రుమ్మరఁగ రాజపురంధ్రులు వచ్చి యచ్చటం
గోమలపుష్పమంజరులు గోసి పదంపడి యంబుకేళికిన్
బ్రేమ దలిర్ప డిగ్గుతఱి భీతమృగేక్షణ యొర్తు నెవ్వడిన్. 236

చ. తనమెడ హేమసూత్ర మొకదారువునం దగిలించి గ్రక్కునం
జనిన నెఱింగి వాయసము చంచుపుటంబున దాని గ్రుచ్చి యం
గనలు గనుంగొనంగ వడిగాఁ గడు దూరము పోవ కొయ్యనె
య్యనఁ జన నత్తెఱంగు వసుధాధిపు నెద్దకుఁ బాఱి చెప్పుడున్. 237

క. విని యానరపతి భృత్యులఁ, గనుఁగొని వాయసము గొన్నకంఠాభరణం
బనువుగఁ దెమ్మని పనిచినఁ, జని వారలు వాయసంబుచక్కటి నరుగన్. 238

గీ. వాయసంబును నెలయించి వారు నూడఁ, గనకసూత్రంబుఁ గొనిపోయి కాలసర్ప
మున్న వల్మీకవివరమం దునిచి తొలఁగ, సరభసంబున నాపుట్టఁ దిరుగువాఱ. 239

గీ. గడ్డపారలఁ బారల బెడ్డ లొదవ, వెడఁదగుద్దళ్ళ నాపుట్ట విడియఁ ద్రవ్వ
నందు నిద్రించుచున్న కాలాహి కెరలి, తూలి పాఱంగఁ గొందఱఁ దోలి తోలి. 240

వ. కఱచి యెటయేనియుం బఱచునమ్మహాహిం బొదివి పోనీక కొందఱు కోదండధరులు
డాసి యేసి కృష్ణసర్పంబును మృతిఁ బొందించి యాకంఠాభరణంబు గైకొని
చనిరి గావున నుపాయంబున సాధింపరానికార్యంబులు గలవే యని దమనకుండు
వెండియు నిట్లనియె. 241

ఉ. వారక బుద్ధిమంతుఁ డగువాఁడె బలాధికుఁ డైనవాఁడు గా
కారయ బుద్ధిహీనునకు నైనబలం బది నిష్ఫలంబు దు
ర్వారమదంబునం బరఁగి వాలినసింహముఁ జంపె నేర్పుతో
నీరస మెక్కు డైనశశ మెట్టిదొ బుద్ధిబలంబు చూడుమా. 242

వ. అనినం గరటకుం డక్కథ నా కెఱింగింపు మనిన దమనకుం డిట్లనియె. 243

ఉ. ఉగ్రవనంబులోన హరి యొక్కయెడఁ వసియించి సర్వస
త్త్వగ్రహణార్థి యై బహువిధంబుల మాంసముఁ దించు నుండఁ ద
ద్వ్యగ్రతఁ జూచి జంతుతతు లన్నియుఁ గూడి మృగేంద్రుపాదప
ద్మాగ్రము లౌదలల్ గదియ నార్తిమెయిం బ్రణమిల్లి యిట్లనున్. 244

సీ. అవధరింపు మృగేంద్ర యడవి జంతుసమూహ, మిదె విన్నపంబున కేఁగుదెంచె
నెటన్న నన్నింటి నెసరేఁగి యొక్కటఁ, జలపట్టి యొకనాఁటఁ జంప నేల
నిత్య మొక్కమృగంబు నీకుఁ గట్టడ గాఁగఁ, బ్రీతి నాహారంబు పెట్టఁగలము
సమ్మతింపు మనిన సకలజంతువులకు, నట్ల కానిమ్మని యభయ మొసఁగి

గీ. యనుప నవి వోయి నిత్యకృత్యంబు గాఁగ, నుదయ మయ్యెడికాలఁదిని నొకటిఁ బంప
నది భుజించి హర్యక్షము ముదముఁ బొందు, నీవిధంబునఁ జిరకాల మేఁగునంత. 245

క. పులి కోలుకాఁడు గావున, నలయక వరు నెఱిఁగి వాని ననుపఁగ నొకనాఁ
డొలసి యొక చెవులపోతుకుఁ, గలయఁగ నిలువరుస యనుచుఁ గ్రక్కునఁ జెప్పన్.

గీ. పలుకు విన్నమాత్రఁ బ్రాణంబు చలియింప, శశక మప్పుడు మూర్ఛఁ జాలఁ దూలి
తెలిసి కన్ను దెఱచి దృష్టించి తల యూఁచి, దిగులు పుట్టి యాత్మ పగుల నొగిలి.

వ. ఆశశకంబు ముహూర్తమాత్రంబు చింతించి తెలివొంది డెందంబుకొందలం బుడిపి
కొని వృద్ధుం డయ్యును సాహసంబు దెచ్చుకొని తనలో నిట్లని వితర్కించె. 248

క. క్రూరమృగనిగ్రహోగ్ర, స్ఫారమహాబలమృగేంద్రు సాహస మెసఁగన్
వారింతుఁ బ్రుంతు నొక్కఁడ, సారం బగునాదుబుద్ధిచాతుర్యమునన్. 249

వ. అని మఱియుం దనమనంబున. 250

క. బుద్ధికి నశక్య మగుపని, యిద్ధాత్రిం గానఁ గలదె యిదె గెలిచెద నా
బుద్ధిబలంబున సింహము, నుద్ధతి యణఁగించి ప్రాణముక్తికిఁ బాయన్. 251

క. అనుచుఁ దలపోసి యాశశ, మనుమానింపుచును గదలునప్పటికి నినుం
డు నభోమధ్యగతుం డగు, డు నతిక్షుత్పీడచేఁ గడుం గ్రోధమునన్. 252

గీ. అవుడు గఱచి కంఠీరవం బౌర యివ్వ, నమున మృగములు నేఁడు గర్వమున నేది
దినదినంబును నాకుఁ బుత్తెంచుమృగము, ననుప విది యేమొకో యనునవసరమున.

క. అడుగులు తొట్రుపడంగా, నడ లొందినయదియ పోలె నడ్యైయెడలన్
బుడమిఁ బడి మ్రొగ్గి లేచుచు, గడుసరి యగుశశక మొయ్యఁ గదియం బోవన్. 254

క. అప్పుడు చూచి మృగేంద్రుఁడు, నిప్పులు కనుదోయినుండి నెగయఁగ నోరీ
చొప్పడదు వేళ దప్పిన, యప్పటియశనంబు నాకు నహితం బగుచున్. 255

క. అపరాహ్ణవేళదాఁకం, గపటంబున నిట్లు రానికారణ మేమీ
విపరీతంబులు పుట్టెనొ, విపినంబున నున్న జంతువితతికి నెల్లన్. 256

వ. అని యివ్విధంబున రోషావేశంబునఁ బలుకుచున్నమృగేంద్రునకు సాష్టాంగదండ
ప్రణామంబులు చేసి శశకం బిట్లనియె. 257

చ. కినియక చిత్తగింపు మొకకీడును నాదెస లేదు నేఁడు సూ
ర్యునియుదయంబువేళ నను నొక్కమృగేంద్రుఁడు వచ్చి యడ్డగిం
చిన నిది యేల యేలికభుజింపఁగఁ బోయెడినన్నుఁ బోవని
మ్మనిన వనంబుజంతునివహంబుల కేలిక నేన కానెకో. 258

వ. అనుచుఁ బెద్దయుం బ్రొద్దతండు నన్ను దేవరసమ్ముఖంబునకుఁ బనివిననీక నిలిపి
మఱియు నిట్లనియె. 259

క. నాకంటె నధికుఁ డెవ్వఁడు, నా కతనిం దెల్చి చూపిన న్నిను మెత్తున్
లేకున్న నిన్నుఁ ద్రుంతుం, గా కని యతఁ డప్పు డనుపఁ గడు భీతి మెయిన్. 260

క. ఆవిధ మెఱిఁగించుటకై, దేవర యున్నెడకుఁ బాఱుతెంచితి నీకుం
దేవలసినట్టిమృగమును, రా విడువం డనిన నతఁడు రభసం బెసఁగన్. 261

క. ఏవంక నుండు నాహరి, యేవేళకు నాకుఁ జిక్కునే నేభంగిన్
భావించి యతనిఁ గదియుదు, నావుడు నాతనికి శశకనాథుం డనియెన్. 262

క. సింగం బాఁకలిగొని నా, రంగాదిమృగాళి వెనుక గయమునఁ జను నీ
వంగీకరించి కదలుము, వెంగలిమృగరాజుఁ బట్టి వెఱ పేమిటికిన్. 263

క. అనుపలుకు విన్నమాత్రన, తనమదిఁ గ్రోధానలంబు దరికొన శశకం
బున కనియె నోరి ముందఱ, వనమున వాఁ డున్నదెసకు వడిఁ జను మనుచున్.

సీ. ఆమృగేంద్రుఁండు మహాజవంబునఁ బాఱ, నతనిముందఱఁ దాను నతిరయమున
నెలయించి చెవులపోతెంతయు దూరంబుఁ, గొనిపోయి మున్ను చూచినయగాధ
జలములు గలకూపసన్నివేశంబున, నిలుచుండి నీశత్రునికి నివాస
యోగ్యంబు నెల విది యూహించి డగ్గఱి, చూడుమా యనఁ దొంగి చూచునప్పు
గీ. డాత్మదేహంబు కూపజలాంతరమునఁ, గాంచి వేఱొకసింహంబుగాఁ దలంచి
కన్ను గానక మౌర్ఖ్యంబుకతన నుఱికి, యపుడ మృతిఁ బొందె దుర్బుద్ధి యగుటఁజేసి.

వ. కావున నెంతటిబలవంతు నైనను బుద్ధిబలంబునంజేసి బుద్ధిమంతుండు గెలుచు ననఁ గరటకుం డట్లుకాక నీకుఁ గార్యసిద్ధి యయ్యెడు మరుగు మనిన దమనకుండు పింగళకు సమ్ముఖంబునకుం బోయి నమస్కరించి యిట్లనియె. దేవరకు నే నత్యంతాపరాధంబు చేసితి సంజీవకునిఁ గొలువం బెట్టి తగనిపనిఁ జేసితిఁ గావున నీయపరాధంబు సహింపవలయు నని యిట్లనియె. 266

క. పదవిం బొందినసచివుఁడు, పదఁపడి నృపునెదుట నెట్లుపలికిన నమరున్
బదహీనుఁడు తగుపలుకులు, పదివే లాడినను భూమిపతి కింపగునే. 267

క. అనినం బింగళకుం డా, తనితో నీ వేమిచెప్పఁదలఁచిన నీకం
కెను హితుఁడు గలఁడె నాయొ, ద్దను వెఱవక చెప్పు మనిన దమనకుఁ డనియెన్.

క. ఈసంజీవకుఁ డెప్పుడు, నాసన్నిధిఁ దప్పనాడి నగుచుండు నినున్
దా సరకుసేయఁ డేమిటు, నీసున నినుఁ గొలువఁ జేరనీఁ డెవ్వానిన్. 269

చ. అదియునుగా కతండు భవదాజ్ఞఁ జరింపక నీప్రభుత్వసం
పదయును మంత్రశక్తియును బ్రాభవశౌర్యమహోద్యమంబులున్
మదమునఁ దప్పనాడును గ్రమంబున నీమహిఁ దాన కైకొనన్
మదిఁ దలపోయు నేఁ దెలిసి మానుగ నీ కెఱింగింప వచ్చితిన్. 270

గీ. అనిన భయవిస్మయమ్ములు మనముఁ గలఁప, నేమియును బల్కకున్న మృగేంద్రుతోడ
నధిప నీమంత్రి నీకంటె నధికుఁ డైన, కతన నభివృద్ధి నీ కెట్లు గలుగు వినుము. 271

గీ. మహిమ నత్యుచ్ఛ్రియుం డగుమంత్రిమీఁదఁ, బార్థివునిమీఁద నొక్కొక్కపదము నిలిపి
నిల్పి స్త్రీస్వభావంబున నిల్వలేక, యుదధికన్యక వారిలో నొకని విడుచు. 272

వ. అన నతండు వెండియు నిట్లనియె. 273

సీ. మనుజవరుఁడు నిజామాత్యుగా నొక్కని, నిల్పఁ దద్భారంబు నిర్వహించి
తనరు స్వచ్ఛందవనితాదిసుఖముల, మోహ మంతంతకు మురియఁబడఁగ
మోహంబుచే గర్వమునఁ గన్ను గానక, గర్వాతిశయమునఁ గానిపనులఁ
జేసి నిజేశ్వరుచే నొత్తు ననుబుద్ధి, నతని నుల్లంఘింప మతిఁ దలంచుఁ

గీ. దలఁచి దృఢతరముగ నేలి దళముఁ గూర్చుఁ, గూర్చి రాజ్యంబు తనకుఁ గైకొనఁగడంగుఁ
గడఁగి నృపపతుఁ మగువారికడుపు కిడక, కుశలబుద్ధిని బతిఁ గాలవశునిఁ జేయు. 274

వ. అని మఱియును. 275

ఉ. పెంచి యనేకసంపదలఁ బ్రీతి వహింపఁగఁ జేసి తన్ను మ
న్నించినరాజుమీఁదఁ దుది నేరము పెట్టి పరావనీశదే

శాంచితభూరిసంపదల కాసపడున్ పడి హానిఁ బొందునే
మంచితనంబు దుష్టు లగుమంత్రులకుం గలదే తలంపఁగన్. 276

గీ. అతిసమర్థుఁడై మంత్రి కార్యములు దీర్చు, నపుడు హితమతి గాకున్న నదియుఁగాదు
మిగుల ననురక్తుఁ డగువానిమీఁదఁ గరుణ, నవనిపతి యున్నకుండిన నదియుఁ గాదు.

వ. అని వెండియు. 278

క. సేవకులు లోకమందును, శ్రీవిశ్రుతు లైన నేల సేవింతురు ధా
త్రీవిభులఁ దమకు జరగమి, కై వలసినపంపు సేయ నగుఁ గాక మహిన్. 279

వ. అనినం బింగళకుండు సంజీవకుండు నా కత్యంతస్నేహితుం డెట్లు విడువ నేర్తు నని యిట్లనియె. 280

గీ. సకలదుష్టదోషసహితదేహం బిది, నాకు నేటి కనెడినరుఁడు గలఁడె
యట్లు నిజహితుండు నప్రియం బొకచోటఁ, గడఁగి చేసెనేని విడువరాదు. 281

వ. అని పలికి సంజీవకు నుద్దేశించి. 282

ఉ. నమ్మిక యిచ్చి చేకొని ఘనమ్ముగఁ బూజ్యునిఁ జేసి మాటమా
త్రమ్మున వీఁడు గాఁ డని వృథా బహుదోషము లెన్ని భృత్యు రా
రమ్మని యాజ్ఞ సేయ నగ రా నను లోకమువారు వానినే
రమ్మన వాఁడె పోవుఁ దెగ రాదు కలంపకు నాదుచిత్తమున్. 283

వ. అనిన విని దమనకుం డిట్లనియె. 284

ఉ. ఎంతయు గారవించి తను నింతయమాత్యునిఁ జేసి రాజ్య మి
ట్లింతయుఁ జేతి కిచ్చి యనయమ్మును దేవర నమ్మి యున్నచో
నొంతయినం దలంపక నిగూఢముగా మహి యెల్లఁ గైకొనన్
జింత యొనర్చు చే నెఱిఁగి శీఘ్రము నీ కెఱిఁగింప వచ్చితిన్. 285

వ. మఱియును. 286

గీ. అన్నదమ్ముఁ డైన నాత్మజుం డైనను, సచివపదవిఁ బనులు జరపుచోట
వానిమీఁదిదృష్టి వదలినయప్పు డా, రాజుఁ బాయు నిందిరావధూటి. 287

చ. సుజనహితోక్తి కర్ణముల సోఁకఁగనీయ కహర్నిశంబునుం
గుజనులబుద్ధి చిత్తమునఁ గూర్చి సరాష్ట్రము గాఁగ నమ్మహీ
భుజుఁడు నశించు రోగి తనబుద్ధి నపథ్యమె పథ్య మంచు న
క్కజముగ నాత్మలోఁ దలఁచి కాలవశంబును బొందుచాడ్పునన్. 288

ఉ. అప్పటి కప్రియం బయి నిజాత్మకు మీఁదటికిన్ బ్రియంబుగాఁ
జెప్పెడువాక్యముల్ విను సుచిత్తుఁడు నిచ్చక ముజ్జగించి మేల్

తప్పక చెప్ప నుత్తముఁడు ధారుణిఁ బుట్టరు పుట్టిరేని న
య్యొప్పిడివారల న్విడువ కుండు రమాసతి యెల్లకాలమున్. 289

క. ప్రాఁత యగుమంత్రి తనకుం జేఁతటికముఁ జేసె ననుచు శిక్షించి యొరుల్
లాఁతిం బెట్టిన నీఁతలు, ప్రోఁతలు నై రాజు విడుచుఁ బొందక మూఁకల్. 290

సీ. పాటించి తనప్రాఁతపరివారమును బ్రోచి, హత్తినన్నృపునకు హాని గలదె
మొన పేర్చి వైరులు మోహరించినవేళఁ, గేడింప కప్పుడె గెలుచు టొండె
మొనసి దైవాధీనమున నపజయ మైన, భూపాలుఁ గప్పి కొంపోవు టొండె
నర్థంబు దఱిఁగిన నధిపతి ధన మిచ్చి, నడపలే కుండిన నవయు టొండె

గీ. నెవ్విధంబున నైన మహీశువలని, మన్ననకుఁ జాల నిలుతురు మఱవ కెపుడు
విడువ కుండుదు రెటువంటి వేళలందుఁ, బూర్వపరివారమును బోల్పఁ బురుఁడు గలడె.

క. అనినం బింగళకుం డి, ట్లను సంజీవకున కభయ మట్లొసఁగి పద
స్థునిఁ జేసి ప్రీతి యొనరిం, చిన నాకెగ్గతఁడు లోనఁ జింతించు నొకో. 292

వ. అనిన దమనకుం డిట్లనియె. 293

గీ. ఎంతసఖ్యంబు జేసిన నెంతప్రియము, చేసి తిరిగిన దుర్జనుచిత్త మేల
చక్కటికి వచ్చు శునకపుచ్ఛంబు కడఁగి, వంక యొత్తినఁ జాయకు వచ్చునెట్లు.

క. కొఱ యగుపదార్థ మెందుం, గొఱ యగుఁ గొఱగాని దైనఁ గొఱగా దెచటన్
నెఱి నమృతధారఁ బెంచినఁ, గొఱ యగునే ముసిఁడి కల్పకుజముంబోలెన్, 295

ఉ. వారక యుత్తముండు దనవారి కపాయము వచ్చువేళ ము
న్నారసి చెప్పి తీర్చును దురాత్ముఁ డెఱింగియుఁ జెప్ప కాత్మ ని
ష్కారణవైర మూఁది తనగాదిలిచుట్టము నైన నిర్దయా
కారత నొంచుఁ గొండియముఁ గైకొను నొండులచేటుకు న్నగున్. 296

వ. అని వెండియు నిట్లనియె. 297

సీ. వ్యసనదూరుం డైనవాఁడె పో సిద్ధుండు, గీర్తితం బగునదె వర్తనంబు
పురుషానుకూలతఁ బొగ డొందునదె భార్య, బుధవర్ణనీయుండె బుద్ధియుతుఁడు
మదముఁ జేయక యుండునదె మంచిసంపద, యాశావిహీనుండె యధికసుఖుఁడు
కపటస్వభావనిర్గతుఁడె సన్మిత్రుండు, విజితేంద్రియుండె వివేకఘనుఁడు

గీ. కారణము లేకయును బరకార్యములకు, నోపి తీర్చినయాతండె యుత్తముండు
సమరరంగంబునం దధీశ్వరునిపనికి, వెనుకతీయనియాతండె వీరభటుఁడు. 298

వ. అని పలికి దమనకుండు సంజీవకునిమీఁదఁ బింగళకునిచిత్తంబు తిరుగంబడకుండుట
యెఱింగి యిట్లనియె. 299

సీ. అధికకామాసక్తుఁ డైనభూపాలుండు, మొనసి కార్యాకార్యముల నెఱుంగఁ
కత్యంతమదఘనాహంకారయుక్తుఁడై, సన్మార్గ మరుచిగా సంచరించుఁ
దొడరి భృత్యామాత్యదోషవిచారంబు, చాలక శిక్షింప శక్తి లేక
యపవాదకంటకాయతశోకగహనంబు సొచ్చి, వెల్వడు నట్టిచోటు గాన
గీ. కపితమృగములచే నొండె నాత్మభృత్య, దావపావకపటుశిఖాతతుల నొండె
రీతిఁ జెడుఁ గాని మఱి సేకరింపలేఁడు, శౌర్యగుణధామ మృగకులసార్వభౌమ. 300

వ. అని చెప్పినఁ బింగళకుం డిట్లనియె సంజీవకుండు నాకుఁ బ్రతికూలుం డై కీడు సేయ
సమర్థుం డగునే యనిన దేవర కవ్విధంబున మున్న విన్నవింపవలసిన వాఁడనై యుం
డియు మంత్రభిన్నం బైనఁ గార్యంబు దప్పు దని శంకించితి మంత్రం బతిప్రయత్న
రక్షణీయంబు గావలయు విజ్ఞాతశీలాచరణుం డగుశాత్రవు విశ్వసించి మయిమఱచిన
నతం డేమిసేయ నోపండు విజ్ఞాతశీలాచరణం బగుడిండిగంబుచేతం గాదె మందవిస
ర్పిణి మృతిం బొందె ననుటయు బింగళకుండు తత్కథాక్రమం బెట్లనుటయు నతం
డిట్లనియె. 301

క. మందవిసర్పిణి యన నా, నందముతోఁ జీరపేను నరపతిశయ్యం
బొందుకొని పెద్దకాలం, బెందుం బోకచట నుండు నిష్ట మెలర్పన్. 302

క. ఆచ్ఛోటికి నొకతెఱఁగున, గ్రచ్చఱ నరుదెంచి డిండికం బనునామం
బచ్చుపడిననల్లి మదిం, బొచ్చెము లే కనియె యూకపుంగవుతోడన్. 303

శా. నీపాదంబుల కేను మ్రొక్కెదఁ దగ న్నీవాఁడ నీచుట్టముం
గాపాడం దగు నన్ను యూక మకటా కైవార మింతేటికిన్
నాపుణ్యంబున వచ్చి తిచ్చటికి ధన్యం బయ్యె మద్వంశ మీ
భూపశ్రేష్ఠునిపాన్పునందు సుఖినై పూజ్యుండ నైతిం జుమీ. 304

వ. అని మఱియును. 305

క. న న్నేమియడుగుకొఱకై, సన్నుతగుణ ప్రియము చెప్పఁ జనుదెంచితి నా
యున్నయది హీనవృత్తము, కన్నారఁగఁ జూచి యేమికాంక్షింతు వనా. 306

వ. అనిన నమ్మాటకు జండికాఖ్యం బగుమత్కుణం బిట్లనియె. 307

సీ. కలిమిలేములు చూచి కాంక్షించునా యర్థి, తనకు నక్కఱ యైనఁ దగులుఁ గాక
యితఁడు లోభి వదాన్యుఁ డితఁ డని యెఱుఁగునా, యర్థంబు కాంక్షఁ బెల్లఱుచుఁ గాక
హీనాధికంబుల నెఱిఁగి యాచించునా, లేమికై యొరులఁ గారించుఁ గాక
విద్య లే దని తన్ను వివరింప నేర్చునా, సభల విత్తాపేక్షఁ జదువుఁ గాక
గీ. తెల్ల బట్టలవారి వెంట నెల్లఁ దిరిగి, తనదు నేర్పున నడుగంగ దాత మెచ్చి
యర్థ మిచ్చిన నళరు లోభానుకూల, చిత్తుఁ డీకున్న నంతటఁ జిన్నవోవు. 308

వ. అని పలికి డిండికుండు వెండియు నిట్లనియె. 309

గీ. అర్థితారతమ్య మడుగంగఁ జెప్పితి, నర్థకాంక్ష నిన్ను నడుగ రాను
మిత్ర నాకు నశనమాత్ర మింతియ నీవు, చేయవలయునట్టిసాయ మెల్ల. 310

ఉ. మానక మున్ను నేఁ జెనఁటిమానవరక్తముఁ ద్రావుచుండుదుం
గాని మహీశదేహమునఁ గల్గినశోణిత మానఁ గానమిన్
మే నెరియంగ నుండి నిను నేఁడు గనుంగొన నిందు వచ్చితిన్
దీనికి నీయకొ మ్మిటు మదీయమనఃప్రమదంబు చెల్లఁగన్. 311

వ. ఇవ్విధంబున నువ్విళ్ళూరినకారణం బెట్లంటేని. 312

సీ. శాల్యన్నఘృతసూపశాకభక్ష్యములతోఁ, వాసన గలరసావళులతోడ
బహుఫలంబులు గలపానకంబులతోడఁ, గమనీయమాంసఖండములతోడ
మధురేక్షుగోక్షీరమధుపానములతోడ, సరసంబు లైనపచ్చళ్ళతోడ
సుమనోగ్రదధితక్రశుద్ధజలములతోఁ, బరిమళగంధపుష్పములతోడఁ

గీ. చతురశృంగారవతు లైనసతులతోడ, ననుదినంబును భోగించునవనిపతుల
దేహరక్తంబుఁ గ్రోలంగ నూహ చేసి, తిరుగుచుండుదుఁ గాని సిద్ధింప దెందు. 313

వ. అనుడిండికంబుపలుకు లాకర్ణించి కటకటంబడి మందవిసర్పిణి యిట్లనియె. 314

చ. చలనము లేక యీనృపతిశయ్య నహర్నిశమున్ సుఖించువా
మెలఁకువ హానిచేయుటకు మేకొని రాఁదగునయ్య దోషకా
రులు సుజనాపకారములు రోయుట నైజము గాన నీకు నే
నలుగుదుఁ గాని యించుకయు నాత్మ నెడంబడ మత్కుణోత్తమా. 315

వ. అనిన మందవిసర్పిణికి డిండికుం డిట్లనియె. 316

క. నీదగునెలవున నాకుం, గా దవు నన బలిమి లేదు కరుణాన్విత నీ
పాదముల కేను మ్రొక్కెద, వా దడవక సమ్మతింపవలె నన నదియున్. 317

వ. దాక్షిణ్యంబుకతంబున నొడంబడి యిట్లనియె. 318

క. వెర పెఱిఁగి వేగిరింపక, సురతశ్రమపారవశ్యసుఖసుప్తి మెయిన్
బొరసినధరణీకాంతుని, వరదేహం బొయ్యఁ గఱచి వలయుఁ దొలంగన్. 319

క. కక్కురితకాఁడు కార్యము, చక్కటి యెఱుఁగండు సంధ్యజామున నతనిన్
బొక్కిపడ నీవు కొఱల, నొక్కిన నది తెలియ మన కనువు దప్పుఁ జుమీ. 320

గీ. అనిన నట్ల కాక యని నల్లియును జీర, పేను నేకశయ్యఁ బ్రీతి నుండఁ
బేనుకన్ను మొఱఁగి ప్రియపడి భూమీశుఁ, గదిసి సందెజామె కఱచె నల్లి. 321

వ. అప్పు డమ్మహీపతి నిద్రావిరహితుండై యుండుటంజేసి యదరిపడి తనపదతలంబు లొత్తుచున్న యనుచరుల నాలోకించి యిట్లనియె. 322

ఉ. దీవియఁ దెచ్చి చూడుఁడు మదీయశరీరము తేలు కుట్టిన
ట్లే వెత పొందెడుం గడు గయంబున రం డన వాండ్రు వచ్చు నా
లో వివరాంతరంబునకు లోఁగినమత్కుణనాథుఁ గాన కా
భూవరుపాన్పుమధ్యమును బొందినమందవిసర్పిణిం దగన్. 323

క. పొడగాంచి యిదియె కఱచెం, బుడమిధవుని దేహ మనుచుఁ బొడవడఁగింపన్
మడిసెను మందవిసర్పిణి, కడు దుర్జనుపొందు హాని గాకేలుండున్. 324

వ. అని యిట్లు దమనకుండు చెప్పిన విని పింగళకుండు నాపరాక్రమం బెఱింగియు సంజీవకుఁ డెట్టిసాధనంబుల నన్ను సాధించువాఁ డనుటయు నతం డిట్లనియె.

ఉ. కొమ్ముల గ్రుచ్చి యెత్తియును ఘోరఖురాగ్రనిపాతనంబులన్
జిమ్మియు దంతఘాతములఁ జించియు వాలవిశాలచాలనో
గ్రమ్ముల నెమ్మి నెల్లఁ గడికండలుగాఁ జదియంగ మోఁదియున్
సమ్మద మారఁ జంచు మృగసత్తమ యేమఱి యుండితేనియున్. 326

వ. అనిన విని పింగళకుం డొక్కింత చిత్తక్షోభంబుగాఁ దమనకుం జూచి నీ వింతట నరిగి యావృషభనాయకుని యభిప్రాయం బెఱింగి శీఘ్రంబ రమ్మన్న వాఁడును నంతంత నొదుఁగుచుఁ జకితుండునుంబోలె సంజీవకుం జేరం బోయిన నతం డిది యేమి భయకంపితుండ వగుచుఁ జనుదెంచితివి కుశలంబ కదా యనిన సేవకధర్మంబునం దిరుగువారికి సంసారసుఖంబు గలదే విను మని యిట్లనియె. 327

ఉ. ఇంతటివానిఁ జేసె నృపుఁ డింతధనం బొడఁగూడెఁ బత్కుమ
త్యంతము నాపయిం గల దయత్నసుఖానుభవంబు దీర్ఘకా
లాంతరసంచితం బని నిజాత్మఁ దలంచును బాలిశుండు ప్రా
ణాంతముగాఁ దలంచి చలితాత్మత నుండు వివేకి యిమ్మహిన్. 328

వ. అని చెప్పి మఱియును. 329

సీ. ధనవంతు గర్వంబు దార్కొన కేలుండు, వ్యసని కాపద యేల వాసఁగకుండు
సతులఁ జూచిన మతి చలియింప కేలుండు, నృపులమన్నన లేల నిజము లగును
గాలంబుచే రూపుకడచన కేలుండు, గౌరవ మర్థి కేకరణిఁ గలుగు
దుర్జనవాగురఁ దొడరక యెవ్వఁడు నిల్చుఁ జిరకాలసుఖము నేనరుఁడు పొందుఁ
గీ. గాని గుణములు విడిచి పుణ్యానుకూల, వర్తనంబుల నిహపరవైభవములఁ
బొందువాఁ డొక్కఁ డొక్కఁడు పుణ్యపురుషుఁ, డతఁడు దేవాంశజనితమహాత్ముఁ డండ్రు.

గీ. దేశకాలధనాగమస్థితులఁ దెలిసి, యరులు మిత్త్రులుఁ దన కెవ్వ రని యెఱింగి
యెవ్వఁ డైనను నాశక్తి యిట్టి దనుచు, నధిపుఁ డెప్పుడుఁ జింత చేయంగవలయు.

వ. అనిన విని సంజీవకుం డచ్చటి రాజకార్యప్రసంగం బెద్ది యనినఁ గదియం జని కూర్చుం
డి యల్లన నిట్లనియె. 331

క. ఏకాలంబున రాజులఁ, జేకొని సేవకులు నమ్మి చెడు టది సిద్ధం
బీకాలఁది నే నెఱింగితి, నీకుం జెప్పంగఁ దగు ననింద్యచరిత్రా. 332

వ. అనుచు నేకాంతంబున నిట్లనియె. 333

ఉ. ఎప్పుడు మోసపోవక మృగేంద్రునిపైఁ దగువేగు వెట్టి తెం
పొప్పఁగ నాయతం బయిన నోపిక ముట్టినకార్య మైనచోఁ
దప్పక నిర్వహించుకొని ధాత్రికి నీవ యధీశ్వరుండ వై
చొప్పడకున్న మాబ్రతుకు నూవె వృథా వృషభాధిపోత్తమా. 334

వ. అనిన సంజీవకుం డదరిపడి మృగేంద్రుని కరుణాకటాక్షంబు నాయెడ శిథిలంబు గా
దు గదా యనిన నతం డేకాంతంబుగా నిట్లనియె. 335

క. విపరీతచిత్తవృత్తునిఁ, గపటి దయారహితుఁ జపలు గాంభీర్యగుణా
వ్యపగతు రా జని కొల్చిన, నపగాధము లేకయైన నాపద వచ్చున్. 336

వ. అని మఱియును. 337

చ. కొలువున కీవు రాఁ దడవ ఘోరకరాళవిశాలదంష్ట్రలన్
మెలఁగఁగ నిన్నుఁ బట్టి బలిమిన్ గళరక్తము మున్ను గ్రోలి క
ట్టలుక నిజాశ్రితప్రతతి కంతటికిన్ భవదీయమాంస మ
గ్గలముగఁ బంచిపెట్టుటకుఁగా నియమించె మృగేంద్రుఁ డుగ్రతన్. 338

వ. ఇత్తెఱంగు నేఁడ కాదు పెద్దకాలంబునుండియుఁ బింగళకుండు నీనామంబు ప్రసంగ
వశంబునం గొలువులోపల వినంబడినయప్పు డసహ్యతయుఁ బ్రజ మెచ్చు
నీపౌరవశ్యంబును మెచ్చమియును నీవార లైనవారలయెడ నాగ్రహంబును నీవు
వెలిగానిసంపద కనూయయు నీయొప్పమికిఁ బ్రియం బందుచిత్తంబును నై యున్న
వాఁడు మున్ను నీకు శపథం బిచ్చి కొలిపించుటం జేసి యివ్విధంబునం దెలుపం
జను దెంచితి నీకుఁ బొందైనతెఱంగు జూచుకొ మ్మనిన సంజీవకుం డత్యంత
దుఃఖాకులుం డగుచు నిశ్చేష్టితుం డై యూరకుండి కొండొకసేపునకు దమనకుం
జూచి యిట్లనియె. 339

ఉ. పూని దురాత్మగమ్య యగుపాల్తుక చక్కఁదనంబుఁ బాత్రస
న్మాన మెఱుంగలేనినరనాథువివేకముఁ గష్టవృత్తిమై

వానినలోభిసంపద మహాంబుధిలోపలఁ బర్వతంబులం
దూనినవర్షధారలును యోగ్యము గావు నిరర్థకంబు లౌ. 340

క. ఆరాధ్యమానుఁ డగున్నృపు, నారాధన దనకు లేమి యది గల దంచున్
గోరి యపూర్వప్రతిమా, కారము గైకొనుట వైరకారణ మరయన్. 341

క. నేరమున కలుగు భూపతి, చేరువనె ప్రసాద మొందు సేవకులపయిన్
నేరము లేకయె యలిగెడు, భూరమణునిమనసు ప్రీతిఁ బొందునె యెపుడేన్. 342

వ. అని పలికి వెండియు. 343

సీ. రాత్రులు సరసిలో రాజహంసము చొచ్చి, నవసితోత్పలఖండనంబు సేయు
తఱిఁ బ్రతిబింబితతారౌఘములఁ జూచి, యవియ కైరవపఙ్క్తి యని తలంచి
ముక్కునఁ బొడుచుచు నక్కడ వృథ యైనఁ, దక్కినపుష్పసంతతియుఁ గల్ల
గాఁ జూచు వేగినఁ గన్నులఁ గనియును, బొడువ శంకించుచుఁ గుడుపు దక్కి

గీ. నిలుచుఁ గల్ల నిజంబును నిజము కల్ల, యు నని స్వాత్మకుఁ దోఁచు నొక్కొక్కవేళ
దాను మూఢాత్మతను మున్ను తప్పఁ దలఁచి, సాఁడ నని చూడఁ డెన్నండు నరుఁడు మదిని.

క. నెపము గలకోపమైనను, నృపుచేఁ బడవచ్చుఁ గాక నెప మేమియు లే
కపరాధంబులు వెదకెడు, కపటాత్మునిఁ గొలువ వశమె కలకాలంబున్. 345

వ. అని పలికి సంజీవకుండు దమనకున కిట్లనియెఁ బింగళకుండు పరప్రణీతవ్యాపారసంగ
తుండు గాఁబోలు నని మఱియు నిట్లనియె. 346

గీ. వైద్యవిద్వజ్జనామాత్యవర్యు లేధ, రాధిపున కిచ్చ లాడుదు రావిభుండు
సంతతారోగ్యధర్మతోషముల వృద్ధిఁ, బొంద నేరక శీఘ్రంబ పొలిసి పోవు. 347

వ. అని పలికి సంజీవకుండు మఱియు నే నీరాజునకుఁ గీడు దలంచుట లేదు నాయెడ
నిర్నిమిత్తాపకారి యయ్యెఁ జూచితే యని యిట్లనియె. 348

శా. భావాతీతము లైనకార్యములు దీర్పన్ మెచ్చఁ డెల్లప్పుడున్
సేవాభక్తివిహీనదుర్మతుల రక్షించు న్మహీభర్త దా
సేవాఁ డైనను రాజులం గొలుచు నే శ్వభంగులం గల్గు హా
సేవాధర్మము యోగి కైన వశమే చింతింప నీధాత్రిలోన్. 349

క. గుణులం జేరినపురుషుఁడు, గుణి యగు నవగుణులఁ గూడి గుణహీనుఁ డగున్
బ్రణుతికి నెక్కిననదులు ల, వణజలధిం గూడి చెడినవడువున నెందున్. 350

గీ. మంచిగుణములు గలయట్టిమనుజునందు, స్వల్పగుణ మైన నది ప్రకాశంబు నొందు
శ్వేతగిరిశిఖరంబుపై శీతకరుని, కిరణజాలంబు మెఱవడిఁ బొరయుకరణి. 351

గీ. కానిగుణములు కలయట్టివానియందు, మంచిగుణములు పైకొని మించలేవు
సురుచిరోరునిశాకరకిరణజాల, మంజనాద్రిపైఁ బ్రసరించి యడఁగినట్లు. 352

వ. అని మఱియును. 353

చ. ఖలునకుఁ జేసినట్టియుపకారము విశ్రుతశబ్దజాలదు
ర్బలున కుపన్యసించినసుభాషితవర్గము మూఁగవానితోఁ
బలికినవాక్యపద్ధతులు భావమునం దనమాటపాటిగాఁ
దలపనివానికిన్ బహువిధంబుల బుద్ధులుఁ గానిపద్ధతుల్. 354

సీ. దారుణాటవిరుదితంబుఁ జేసినయట్లు, చేరి శవంబుఁ గైచేసినట్లు
నిర్జలం బైనచో నీరజం బిడినట్లు, వట్టిచోటను విత్తు వెట్టినట్లు
సారమేయముతోఁకఁ జక్కఁ గట్టినయట్లు, చెవిటి కేకాంతంబు చెప్పినట్లు
తనరఁ జీకునకు నద్దంబుఁ జూపినయట్లు, వెలిమిడిలో నెయ్యి వేల్చినట్లు

గీ. చాల నవివేకి యైనట్టిజనవరేణ్యుఁ, దగిలి కొలుచుట నిష్ఫలత్వంబు సేయు
సేవకుల కెల్లభంగి విశేషబుద్ధి, నిల వివేకంబు గలరాజుఁ గొలువవలయు. [సనంబు

గీ. మొనసి యల్లంతఁ గని ధూర్త మ్రొక్కఁ లేచు, నార్ద్రహృదయుఁ డై యొసఁగు నర్థా
బిగియఁ గౌఁగిటఁ గదియించుఁ బ్రియము వలుకు, విషము నమృతంబులోనను వెలిని గాన.

మ. రవి యస్తాద్రికి నేఁగునప్పుడు విచారం బేది మత్తాలి లో
భవశేచ్ఛన్ వేసఁ బంకజోదరము దర్పం బేర్పడం జొచ్చి త
ద్వివరం బంతటఁ గ్రమ్ముకొన్నఁ గడు నార్తిం బొందుచందాన మా
నవులుం గొందఱు మీఁ దెఱుంగ కెలమిన్ వర్తింతు రీలాగునన్. 357

వ. అని చెప్పి మఱియును. 358

చ. శరనిధి దాఁట నావయును సంతమసం బడఁగింప దీపమున్
వరకరిశిక్ష కంకుశము వాయువుఁ గూర్పఁగఁ దాళవృంతమున్
వెరవునఁ జేసె బ్రహ్మ పదివేలవిధంబుల మూర్ఖచిత్తవి
స్ఫురణ మడంప లేక తలపోయుచు నిప్పుడు నున్నవాఁ డహో. 359

వ. అని పలికిన సంజీవకుం డిట్లనియెఁ దృణాహారవ్యవహారంబునఁ బతిహితకార్యంబు చేయునాకుఁ గాలముఖప్రవేశంబు కర్తవ్యం బయ్యె నింక నెక్కడిబ్రతుకు విను మని యిట్లనియె. 360

గీ. ఎన్న నిప్పుడు పెద్దలు పిన్న లనక, వితతమాయోపజీవితయుతులు గాన
సాధులకుఁ గీడు దలఁతురు జగతి నుష్ట్ర, మునకుఁ గాకాదు లేకమై మొనసినట్లు. 361

వ. అనిన విని దమనకుం డక్కథ నాకెఱింగింపు మన్న సంజీవకుం డిట్లనియె. 362

చ. అతులమహోగ్రకాననమునందు మదోత్కటనామసింహ ము
ద్ధతిఁ జరియించు దానికిఁ బ్రధానులు కాకము పుండరీకమున్
మతిగలజంబుకంబును గ్రమంబునఁ బం పొనరింపుచుండి యొ
క్కతఱి నరణ్యదేశమునఁ గాంచిరి యుష్ట్రము నిండువేడుకన్. 363

మ. కని నీ వెచ్చటనుండి వచ్చి తనినం గాకాదిజంతుత్రయం
బునకున్ వందన మాచరించి యనియెన్ మున్ సార్థవాహుండు వీఁ
పున మోపింపఁగ మోసి డస్సి యెచటం బోలేక దాఁగున్న వాఁ
డను మీ రేగతి నన్నుఁ బ్రోచినను వేడ్కన్ నిల్తు మీచేరికన్. 364

వ. అని పలికినయుష్ట్రంబునకు జంబుకం బిట్లనియె. 365

క. ఈకాన నొకమృగేంద్రుఁడు, చేకొని సామ్రాజ్యపదవిఁ జెన్న వహించున్
మా కతఁడు కులస్వామిగఁ, గైకొని సేవింతు మెల్లకాలము కడఁకన్. 366

క. నీవును మాలో నొకఁడవు, గావున మృగరాజుపమ్ముఖంబున నిడి నే
నీవిధముఁ దెలియఁ బలికి శుభావహ మగుభంగి నీకు ననుసంధింతున్. 367

చ. వెఱవక విశ్వసింపు మము వింతగఁ జూడక వచ్చితేని ని
న్నెఱుకపడన్ మృగేంద్రునకు నింపుగఁ జెప్పి తదీయభక్తికిన్
గుఱుతుగ నిన్నుఁ జేసి మనకోరిక లెల్ల నతండు దీర్పఁగా
నెఱసినవేడ్క నల్వురము నెమ్మది నుండుద మెల్లకాలమున్. 368

క. అనుటయు నాలొట్టియయును, దనమది ముద మంది వెంటఁ దగిలిన వానిం
గొని చని మృగపతిముందట, వినయముతో నతని తెఱఁగు వినిపించుటయున్. 369

వ. ఆమృగేంద్రుండును నయ్యుష్ట్రంబు నభయవాక్యంబులఁ బ్రమోదం బొసంగం జేసి కథనకనామధేయం బిడి నాపూర్వామాత్యులలో నీ వొకండవై యుండు మని నియమించిన గోమాయుపుండరీకకాకంబులం గలిసి యతిస్నేహంబునఁ బెద్దకాలం బున్న సమయంబున నొక్కనాఁడు మదోత్కటుండు కాకవ్యాఘ్రగోమాయూష్ట్రంబులం గనుంగొని యిట్లనియె. 370

ఉ. కల్యమునందు భక్ష్యమును గానక మేను కృశించె రోగదౌ
ర్బల్యము నాకుఁ గల్గుటను భద్రగజేంద్ర శిరఃఫలాదబా
హుల్యము లేమి నుద్ధతికి నోపక చిక్కితిఁ గాన దేహమై
కల్యము మాను కైవడి సుఖం బగుపథ్యముఁ దెచ్చి పెట్టుఁడీ. 371

వ. అని పలికిన మృగేంద్రునకు నన్నలువురు నేకవాక్యంబుగా నిట్లనిరి. 372

గీ. మీకుఁ దగినయాహారంబు మేము దెచ్చి, ప్రీతి నొకపూఁట కైనను బెట్టలేము
చాల నల్పుల మగుట మాచంద మట్టి, దనిన మృగరాజు వారితో ననియె నపుడు.

క. ఏపాటియశన మబ్బిన, నాపాటిం బ్రొద్దు గడపి యట్లుండెద నా
కీపాపపుఁదెవు లొదవెం, జూపోపక దైవ మిట్లు సాం పడఁగించెన్. 374

వ. అట్లు గావున. 375

క. వడిఁ బోయి మీర లిప్పటి, కడిదికి నేమాంస మైన గ్రక్కునఁ గొనిరం
డెడ సేయ కనుచుఁ బనిచినఁ, గడు వడి నలువురును బోయి గహనములోనన్.

గీ. పొదలు సొచ్చి చూచి పుట్టలు వీక్షించి, చెట్టు గుట్ట మొదలు చేరి కాంచి
గిరులు నదులుఁ దొనలు బరికించి పరికించి, కాన నొకమృగంబుఁ గానలేక. 377

వ. కాకవ్యాఘ్రగోమాయూష్ట్రంబులు నలుదిక్కులం జెదరి వెదకం బోయి కథన
కుండు వెలిగా నొక్కచో మువ్వురుఁ గూడుకొన్న సమయంబునఁ గాకం బిట్లనియె.

గీ. స్వామిపని పూని వచ్చినచందమునకు, నడవిలోపల నేమియు నబ్బదయ్యెఁ
గంటకాహారుఁ డైనయీ కథనకాఖ్యు, నతని కాహారముగఁ జేయ ననువు గాదె.

వ. తచ్ఛేషంబును మనకుఁ గొన్ని దినంబు లుదరపోషణంబునకుఁ జాలు గతకాలంబున ననే
కమృగమాంసంబుల మనలఁ బోషించినరాజున కీసంకటంబుఁ బాపం దగదే యనినఁ
గాకంబునకు నవి యిట్లనియె. 380

గీ. అభయ మిచ్చి కరుణ నందఱకం టెను, విభవ మిచ్చినట్టి విభుని మొఱఁగి
మనము వీనిఁ జంప మది నెఱింగినయేని, నాగ్రహించి మనల నాజ్ఞ చేయు. 381

క. పేరెఱుకమాత్ర నధిపతి, చేరువ నంతంతఁ దిరుగుచిఱుతని నైనం
గారించెనేని సచివుని, భూరమణుఁడు గినియు వీనిఁ బొసఁగునె చంపన్,

వ. కావున మనస్వామి యెఱుంగకయుండ నతనిఁ జంపుట కార్యంబు గా దనినఁ
బుండరీకజంబుకంబులకుఁ గాకం బిట్లనియె. 383

గీ. చావు తథ్యంబు మనకు విచార మేల, పెక్కుదివసంబు లాఁకటి పెల్లుఁ బడుచు
హరికి నెచ్చోట నేమియు దొరకదయ్యె, నరయ నింతకు దైవికం బట్లు కాదె.

చ. మది నధికక్షుధార్తుఁ డగుమానవుఁ డాలిని బిడ్డ నొల్లఁ డిం
పు దనర సర్పముం దనకుఁ బుట్టినయండములన్ భుజించు నొ
ప్పు దఱిగినట్టిచోటను బుభుక్షితుఁ డై దురితంబు చేయఁగా
మదిఁ దలపోయ కుండునె ప్రమాదము పుట్టుఁ దొలంగి పోదమా. 385

వ. అనినఁ గాకంబునకు శార్దూలం బిట్లనియె మనస్వామి మహావ్యాధిపీడితుండును
బుభుక్షితుండును నై యున్నయెడఁ దొలంగిపోవుట భృత్యన్యాయంబు గా దతని

సమ్ముఖంబునకుం బోవుద మని కదలునంతం గథనకుండుం గూడుకొన్న నన్నలువురుం జని సింహంబుబహిర్ద్వారంబునఁ గథనకుని నిలిపి మువ్వురుం జని మదోత్కటునకుం బ్రణమిల్లి యిట్లనిరి. 386

గీ. అధిప గిరిగహ్వరముల కుగ్రాటవులకు, నరిగి యామిష మబ్బక తిరిగి తిరిగి
చిక్కితిమి నీవు చిక్కి నశింప నేల, విన్నవించెద మే మొక వెరవు వినుము. 387

గీ. కథనకుండు మిమ్ముఁ గార్యార్థియై వచ్చి, కొలిచినాఁడు గాని నిలువలేదు
వాఁడు నీకు మాకు వలయుభోజన మగుఁ, బ్రియము వదలి మట్టుపెట్టితేని. 388

వ. అని కాకంబు పలికిన విని మృగేంద్రుండు కర్ణస్పర్శపూర్వకంబుగా హరిస్మరణంబు సేయుచు సభయవాక్యంబు లాసంగి కొలిపించుకొని యిట్లు సేయం దగునే విను మని యిట్లనియె. 389

మ. ధనదానంబును నన్నదానమును గోదానంబు భూదానముల్
విను మిట్లీయభయప్రదానమునకు న్నిక్కంబు తుల్యంబు లౌ
నన రా దీయెడ నశ్వమేధమఖపుణ్యంబుల్ భయభ్రాంతుఁ గా
చినపుణ్యంబునఁ బోల దంచు సుజనుల్ చెప్పంగ వింటిం దగన్. 390

వ. అనినఁ గాకం బిట్లనియె. 391

గీ. కులముకొఱకు విడుచుఁ గొఱగానిపుత్త్రినిఁ, గులము విడుచు నూరు నిలుపుకొఱకు
భూమికొఱకు విడుచు బోరన గ్రామంబు, ధాత్రి విడుచు నృపుఁడు తనకుఁగాను.

వ. కావున మే మందఱముం గలిగియుఁ బ్రయోజనంబు లేదు సకలజంతురక్షకుండ వగు నీశరీరంబు నిలిచినం జాలు నాదేహం బీపూఁట కాహారంబు సేయ నవధరింపు మని వాయసంబు పలికిన విని మృగపతి యూరకున్నయెడ లబ్ధావకాశులై తక్కిన మువ్వురుం గూడుకొని యతనిముందఱ నిలిచి యుండ వాయసంబు మఱియు నిట్లనియె.

గీ. తప్పఁ జూచి నన్ను నొప్పింపఁజాలవు, చాలకున్న నేన చత్తు నాశ
రీరమాంస మిపుడు ప్రియమున భక్షింపు, మనఘ నాకు దీన నగు ముదంబు. 394

వ. అనినం గాకంబునకు సింహం బిట్లనియె. 395

గీ. అల్పమాంస మిందు నాప్యాయనము గాదు, వట్టిహింస నాకుఁ గట్ట నేల
యనిన నాలకించి యమ్మృగేంద్రునితోడ, జంబుకంబు పలికె సామ్యఫణితి. 396

క. నాదేహము నీ కిచ్చితిఁ, గా దనక భుజింపు స్వామికార్యము సేయం
బ్రోది గలనాకు నిదె నీ, పాదంబులె దిక్కు నీవె పరమార్థముగన్. 397

వ. అనిన విని మదోత్కటుండు కాకంబుతోడఁ బల్కినట్ల యమ్మృగధూర్తంబునకుం బ్రత్యుత్తరం బిచ్చినఁ బులి కదియం జనుదెంచి సాష్టాంగనమస్కారంబు చేసి వినయ

పూర్వకంబుగా నిట్లనియె. 398

క. ఎవ్వరు నేటికి నామెయిఁ, గ్రొవ్విననమాంసంబు గలదు కొను మాఁకలియుక్
నొవ్వియును దీఱు నంతట, నవ్వల నారోగ్య మగు మృగాధిప నీకున్. 399

వ. అని శార్దూలంబు పలికిన మృగేంద్రుం డిట్లనియె. 400

ఉ. గోవుల విప్రులం దఱిమి కూడఁగ ముట్టి భుజించి తచ్ఛరీ
రావృతమాంసపోషణమునం దనిశంబును మేను పెంచుటక్
గా విటువంటికల్మషవికారపుమేనులు భక్ష్యభోజ్యముల్
నీవు దొలంగు మాఁకటికి నేఁడును నోర్చెద వ్యాఘ్రపుంగవా. 401

వ. అని మదోత్కటుండు పలికినఁ బుండరీకంబు సలజ్జావనతవదనఖిన్నత్వంబునం దొలఁగి
చనినఁ దదనంతరంబ కథనకుం డతనిం గదియం జని మచ్ఛరీరంబున భవదాత్మరక్షణం
బు గావింపం దగునన్న నాతఁణంబ. 402

క. వడి నుఱికి లొట్టిపిట్టను, మెడఁ గోఱలఁ గఱచి పట్టి మేదినిమీఁదం
బడఁ దిగిచిన శార్దూలము, నొడఁగూడినక్క తాను నుదరము వ్రచ్చెన్. 403

వ. వ్రచ్చి తచ్ఛరీరమాంసంబు మృగపతికిం బెట్టి తచ్ఛేషంబు గోమాయువ్యాఘ్రకాకం
బు లనుభవించెఁ గావునఁ గ్రొత్తగాఁ గొలిచినసేవకుం డెంతబలవంతుం డయ్యును రా
జునకును బరివారంబునకును హత్తనేరఁ డత్తెఱంగున నన్నుం జూచి తెలియం బలికి
వెండియు సంజీవకుం డిట్లనియె. 404

క. సన్నపువారల నధిపతి, మన్నించినఁ బ్రాపుఁ డైనమంత్రికి బ్రతుకే
మున్నది మునుము న్నతఁడును, సన్నకసన్న నటఁ బాసి చనకున్నఁ జెడున్. 405

వ. అని మఱియును. 406

సీ. చెలఁగి మానససరసీతటంబున నొక, గ్రద్ద హంసములలోఁ గలసి యుండ
నదియును నొకవన్నెహంసంబు గాఁబోలు, ననుచుఁ జూచినవార లాత్మఁ దలఁతు
రొక్కటి కలహంస యూరిచేరువఁ బ్రేత, భూమి గృధ్రంబులఁ బొందుపడినఁ
గనుఁగొని గృధ్రింబుగాఁ దలంతురు గాని, రాయంచ యనువిచారంబు రాదు
గీ. గానఁ దగువార లున్నభూకాంతునొద్ద, నల్పు లైనను గుణవంతు లై భజింతు
రధిపునొద్దను హీనాత్ము లలమికొనిన, భవ్యగుణుఁ డైననధిపతి ప్రకృతిఁ దొలఁగు.

వ. అని సంజీవకుండు రాజునకు నాకును నన్యోన్యభేదం బెవ్వఁడో పుట్టించె దురాత్ముం
డైనవాఁడు నిజంబు కల్లయుఁ గల్ల నిజంబుఁగా మహీశ్వరునకుఁ జెప్ప నెవ్వరి నేమి
సేయఁ డతనిదయావిశేషంబు నామీఁద శిథిలంబయ్యెఁ గార్యంబునుం దప్పె నేమిసే
యుదు నని మఱియు నిట్లనియె. 408

గీ. వజ్రమును రాజతేజంబు వసుధమీఁద, నతిభయంకర మగు నందు నశనిపాత
మొక్కనిన కాని నొప్పింప దుర్విరిపుల, రాజతేజంబు చెఱుచు సరాష్ట్రముగను.

వ. కావున నే నతనితోడిసంగ్రామంబున మృతిం బొందుటయ భావ్యంబు గాని తదాజ్ఞానువర్తన మయుక్తంబు. 410

క. ఉడుగక కార్యాకార్యము, లెడఁదం బరికింపఁ గెఱుఁగ కేపను లైనన్
బెడఁ జేసెనేని వానిం, దడయక గురు నైన విడువఁ దగు నేభంగిన్. 411

వ. అనికి నిశ్చయించి మఱియు నిట్లనియె. 412

చ. క్రతునివహంబుఁ జేసినను గైకొని దానము లెన్నియేనియున్
జతురతఁ జేసినన్ బ్రచురసాగరతీర్థము లాడినన్ రణ
క్షితి నిమిషంబు నిల్చి దృఢచిత్తమునం బ్రతివీరమర్దన
క్రతమునఁ బ్రాణముల్ విడుచువానిఫలంబునఁ బోలఁ దేమియున్. 413

వ. అదియునుంగాక. 414

ఉ. ధీనిధి యై మనస్స్థిరతఁ దెంపున వైరి నెదిర్చి యాజిలోఁ
దా నిలుగంగ స్వర్గమునుఁ దద్రిపువర్గము నుక్కడంచినన్
వానిసమస్తసంపదలు వచ్చుటయుం గడు రెండు నొప్పుటం
బూనిన శత్రుభంజనముఁ బోలునె యొండొకరాజధర్మముల్. 415

వ. కావున నా కిప్పుడు యుద్ధంబ కార్యంబు నానిశ్చయంబు వినుము. 416

గీ. పన్ని రణమున నిలువక పాఱిపోయి
ప్రాణములు దాఁప నెప్పుడేన్ బడకపోఁడు
ప్రాణసంశయ మైనచోఁ బ్రాజ్ఞుఁ డెదిరి
గెలుచు నొండైన మృతి నొందుఁ దొలఁగిపోఁడు. 417

వ. అనిన విని దమనకుం డిట్లను రణమరణంబు మంచి దని యసాధ్యశత్రుమధ్యంబునం దఱియ నుఱుకం జను నేని శత్రుపరాక్రమం బెఱుంగక వైరపడు నెవ్వాఁడు వాఁడు పరాభవంబు నొందు మున్నొక్కటిట్టిభంబుచేత రేఁపంబడినసముద్రుండును బోలె ననిన నక్కథఁ దెలియఁ జెప్పు మనిన సంజీవకునకు దమనకుం డిట్లనియె. 418

ఉ. టిట్టిభదంపతుల్ సుఖపటిష్ఠత వార్ధితరంగజాలసం
ఘట్టితభూమిజాతములకందువగూఁట వసించి యున్నచో
నట్టి యెడం గులాంగన నిజాత్మవిభుం గనుఁగొంచు నన్ను నీ
పట్టునఁ గావరా ప్రసవభారమునం దురపిల్ల వల్లభా. 419

వ. అనిన దానివిభుం డిట్లనియె. 420

గీ. గర్భభార మెఱుంగుదుఁ గంబుకంఠి, చేయవలసినకార్యంబుఁ జెప్పు మనినఁ
గలదు సకలంబు నేమియు వలదు నాకుఁ, జిత్తసంక్షోభ మొదవెడుఁ జిత్తగింపు.

ఉ. సంగతిఁ బర్వకాలములఁ జంద్రునిఁ జూచి చెలంగి పొంగుచున్
నింగియు దిక్కులుం గడచునీరధి యీమనమున్న తెంకికిం
జెంగటఁ బాసిపోవుట విశేషపుబుద్ధి ప్రసూతికాల మై
నం గదలంగలేము జతనం బగుచోటికిఁ బోయి నిత్తమే. 422

వ. అనినం బ్రియాంగనాలాపంబులు హాస్యంబు సేయుచు నాతీతు విట్లనియె. 423

గీ. ఈసముద్రుండు నాతోడ నెట్లు వైరపడ సమర్థుండు తెలియక పలికి తబల
సంశయము మాను మిట్టట్టు జరుగుపనికి, ననినమాటల కాకాంత యనియె నిట్లు.

వ. ఈసముద్రునకును నీకును హస్తిమశకాంతరంబు వినుము. 425

క. తనశక్తియుఁ బరశక్తియు, జననుత విజ్ఞానదృష్టిఁ జర్చించినయా
మనుజుఁడు దుఃఖప్రాప్తికి, ననుకూలుఁడు గాక సౌఖ్య మందుచు నుండున్. 426

వ. అని పలికి మఱియును. 427

క. ఎన్నఁ దగుహితులు బుద్ధులు, విన్నను వుసఁ జెప్ప నతఁడు వినకున్నఁ జెడున్
ము న్నొకకాష్ఠమువలనం, బన్నుగఁ బడిచెడినకూర్మపతియునుబోలెన్. 428

వ. అని టిట్టిభాంగన పలికినఁ బురుషుం డాకథ యెఱింగింపు మనిన నది యిట్లనియె.

క. కంబుగ్రీవుం డనుపే, రం బరఁగినకచ్ఛపము నిరంతరసౌఖ్యా
డంబర మగుసొకకాలనం, బంబినసంతోష మెసఁగఁ బాయక యుండున్. 430

గీ. అందు వికటసంకటాఖ్యహంసయుగంబు, నిలిచి కచ్ఛపంబుఁ గలసి తిరుగు
వానలేక చాల వఱ పైనఁ గూర్మంబుఁ, గాంచి యప్పు డనియె నంచదోయి.

క. మానససరోవరాంతర, మానితజలపానకేళిమగ్నుల మైనం
గాని మనబడలికలు మఱి, మానంగా నేర విచటిమడుఁగులనీళ్ళన్. 432

గీ. నతికి యెలతామరలతూండ్లు నమల లేవు, చాలఁ దీయనితెలినీరు గ్రోల లేదు
జాతిపక్షులతోఁ గూడ జరగ లేదు, పోదుమా యన్నఁ గచ్ఛపంబును దలంకె. 433

వ. హంసయుగ్మంబున కిట్లనియె. 434

సీ. కూడితి మిన్నాళ్లుఁ దోడఁబుట్టువులట్లు, యెడరు పుట్టినచోట విడుతురయ్య
పక్షహీనుం డని భావింతు రేని న, పక్షుండ నతిదుర్విపక్షవృత్తిఁ
బక్షాధికులు మీరు పక్షపాతము గల్గి, పక్షిమార్గమున సంరక్షతోడఁ
గొనిపోవ కుండినఁ గొల నింకునంతలో, నెవ్వరిచే నైన నీల్గవలయుఁ

దోడుకొనిపోవుఁ డన నంచదోయి యొక్కకాష్ఠమధ్యంబుఁ గమఠంబుఁ గఱవఁ బనిచి కడలు రెండును ముక్కునఁ గఱచిపట్టి, యెగసి రాయంచ లుడువీథి నిగుడి పఱవ.

మ. అతిదూరంబుగఁ గచ్ఛపంబుఁ గొనుచున్ హంసంబు లి ట్లేఁగఁగా
క్షితిపై నొక్కపురంబుమానవులు తచ్చిత్రంబు వీక్షింపుచున్
జతురోక్తుల్ బెరయంగఁ జెప్పుకొన నాసంరావ మాలించి దు
ర్మతి యై యాత్మఁ దలంపలే కపుడు కూర్మం బంచలన్ జూచుచున్. 436

క. ఇది యేమికలకలం బని, వదనముకాష్ఠంబు వదలి వసుధం బడున
య్యెడ నెఱిఁగి మాంసలుబ్ధకు, లదయతఁ గొని రనుచుఁ డిట్టిభాంగన మఱియున్.

క. వినుమా యెండియు నొకకథ, వినిపించెద నీకుఁ బూర్వవృత్తము దెలియన్
విన నేర్చినమతిమంతుఁడు, వినుతిం బొందంగఁ గను వివేకులతోనన్. 438

వ. కావున ము న్ననాగతవిధాతయుం బ్రత్యుత్పన్నమతియు యద్భవిష్యుండును నను మీనంబులు గల వందులోన యద్భవిష్యం డల్పమతి యగుటం జేసి వెర వెఱుంగక చిక్కి మృతిం బొందిన తెఱం గగు ననినఁ దత్కథాక్రమంబు దెలియం జెప్పు మని పురుషుం డడిగినఁ డిట్టిభాంగన యిట్లనియె నొక్కతటాకంబున నిప్పుడు చెప్పం బడినమీనత్రయంబును నన్యోన్యస్నేహంబునఁ బరిభ్రమించుచుండ నొక్కనాఁ డనాగతవిధాత యిట్లనియె. 439

క. మడుఁ గింకఁ జొచ్చె నీజల, మెడఁ జేరిన, బెద్దమడువు కేఁగుట భారం
బెడచేసిన జాలరులకు, నెడ గలుగును మనలఁ బట్ట నిదె పోవలయున్. 440

వ. అని మఱియు నొక్కవిశేషంబు వినంబడె నింతకమున్న జాలరులు దమలోనం బలికినపలుకులు నీసరోవరతీరంబునందు. 441

గీ. అడుగు చిక్కు జలము లాడకాడకు నింకె, మొనసి పులుఁగుగములు దినఁగఁ జొచ్చె
సాధనంబు లెల్ల సమకూర్చుకొని మన, మరుగుదెంత మెల్లి యనఁగ వింటి. 442

వ. కావున నీప్రొద్దు యీసరోవరంబు విడిచి పోవం దగు ననినఁ బ్రత్యుత్పన్నమతి యిట్లనియె, 443

క. నేరుపు గలమతిమంతుఁడు, నేరమి యొకవేళఁ బొంద నెఱి నది గెలుచున్
జారద్వయసంపర్కము, గారవముగ మెలఁగుగోపకాంతయుఁబోలెన్. 444

వ. అనుటయు ననాగతవిధాతయు యద్భవిష్యుండును నక్కథ మాకుం జెప్పు మనినఁ బ్రత్యుత్పన్నమతి యిట్లనియె. 445

సీ. కరికుంభయుగ మతికాఠిన్య మగుఁ గాని, యీకాంతచనుదోయి కింత వెలితి
దళితారవిందంబు తెలివి మేలగుఁ గాని, యీయింతిమోముతో నీడు గాదు

మెఱసి నిల్చినకారుమెఱుఁగు మేలగుఁ గాని, యాకొమ్మతనుకాంతి కింత కొఱఁత
మించి కెంజిగురాకు మెఱయుచుండును గాని, యాలేమపదముల కీడు గాదు

గీ. అనుచుఁ గొనియాడుతలఁపుల కగ్గలించి, కమ్మవిల్తునిమృదుసాయక మ్మనంగఁ
జారశృంగారమోహనాకార యగుచుఁ, బ్రణుతి కెక్కినగోపాలబాల యొప్పె.

గీ. కాంతుఁ గనుఁ బ్రామి తా భోగకాంతుఁ దండ
పాలకుఁడుఁ దత్సుతుఁడు నుపపతులు గాఁగ
నెన్నఁడును వారు దమలోన నెఱుఁగ కుండ
నొనర రతికేళి సలుపంగ నొక్కనాఁడు. 447

క. తలవరికొడుకును దరుణియుఁ, దళుకొత్తెడువేడ్క మన్మథక్రీడ మెయిన్
గెల వరయక జక్కవకవ, పొలుపున బహురతులఁ బ్రొద్దు పుచ్చుచునుండన్. 448

ఉ. ఆతఱి దండపాలకుఁడు నయ్యెడకుం జనుదేరఁ దత్తనూ
జాతుని గాదెలోన నిడి సమ్మద మొప్పఁ దలారితోడ సం
ప్రీతి రమించునంతట గభీరగతిం జనుదెంచుచున్న యిం
టాతనిఁ జూచి గోపిక భయంపడ కయ్యుపనాథుతోడుతన్. 449

వ. ప్రత్యుత్పన్నమతి గావున నిట్లను వీఁడె మద్వల్లభుం డరుదెంచెఁ బాదుకారావంబు వినంబడియె నీవు నామీఁద వృథారోషంబు దీపింపం దిట్టుచు మద్గృహంబు వెడలు మనిన వాఁడును నట్లు సేయ నంతటఁ గదిసి గోపాలుండును దనగృహంబు చొచ్చి భార్యతో నెన్నండు లేనిది యీ తలవరి మనయిల్లు చొచ్చి నిన్నుఁ దిట్టుచుం బోవుటకుఁ గతం బేమి యని యడిగిన నది యిట్లనియె. 450

గీ. కొడుకుమీఁద నతం డిటు కోప మెత్తి, యేనిమిత్తంబొ చంపక మాన ననుచు
సొలసి వెదకంగ వీఁడు నా నిలయమునకు, ఖిన్నమతి రాఁ గుసూల నిక్షిప్తుఁ జేసి.

సీ. తమకింపకున్నచో దండపాలకుఁడును,దనయుని నిల్లిల్లు దప్పకుండఁ
జూచుచు మనయిల్లుఁ జొచ్చి మావాఁడు మీ, యింటనె యున్నవాఁ డిప్పు డనిన
నెన్నండు రానిమాయింటి కేటికి వచ్చు, నతఁడు రాఁ డని త్రోచి యాడఁ గినిసి
నిష్ఠురాలాపముల్ నీవును వినుచుండ, ననుఁ బల్కి పోవుచున్నాఁడు కంటె

గీ. యింత కోపించి పొడగన్న నెంత దెగునె, వీనిపై నంచు నీగాదెలోన డాచి
చూప కుండితి నిదె వీనిఁ జూడు మనుచుఁ, బొలఁతి తలవరిసూనుని బిలుచుటయును.

వ. పిలిచినఁ గుసూలంబు డిగ్గ నుఱికి నిలిచిన వానిం బరిరంభణంబుఁ జేసి నగుచున్న తన భార్యం జూచి మెచ్చి గోపాలకుం డిట్లనియె. 453

క. ఈపిన్న వాని నిప్పుడు, వేపడినం జంపు వాఁడు శీఘ్రపు దోషా
రోపంబున కర్హుం డై, కోపము పాపంబుపొత్తు కువలయనేత్రా. 454

క. వీనిం దండ్రిని గూర్పక, మానుగ నను గూర్చి మిగుల మన్నించితి ప
ద్మానన నీసరి లే రని, తా నప్పుడు గొల్ల మెచ్చెఁ దనకులకాంతన్. 455

వ. కావున గోపాంగనయుఁ బ్రత్యుత్పన్నమతి యై తనముప్పు దప్పించుకొనియె నట్ల మనమును నప్పటికిం దగినకార్యం బనుసంధింత మని యూరకున్న యనంతరంబ యనాగతవిధాత యనుమత్స్యం బెడతెగనిజలప్రవాహమార్గంబున నన్యజలాశయంబునకుం బోయె నమ్మఱునాఁడు. 456

గీ. మత్స్యఘాతుకు లేతెంచి మడువు సొచ్చి, మొదలఁ బట్టిన మీలను గుదులు గ్రుచ్చి
యీడ్చి తిరుగంగ నప్పుడు హెచ్చి గుదికి, నడుము గబళించి జీవంబు విడిచినట్లు.

క. అనువున నుండఁగ నొండొక, వనజాకరమునకు నేఁగి వారలు గుదులం
బెనుఱొంపి పోవఁ దోలఁచినఁ, జనెఁ బ్రత్యుత్పన్నమతి నిజం బగుకడఁకన్. 458

వ. అంత యద్భవిష్యం డెటఁ బోదు నేమి సేయుదు నని విచారించుసమయంబునం బట్టువడి మృతిం బొందె నని చెప్పి టిట్టిభాంగన కొన్ని దివసంబులకుం బ్రసూతి యైనఁ దత్ప్రతిజ్ఞాభంగంబు సేయంగలవాఁడై సముద్రుం డయ్యండంబుల నపహరించిన.

క. ఆపక్షీంద్రకులాంగన, దీపించినశోకజలధిఁ దేలుచుఁ బతితో
నాపలుకులు వినవైతివి, పాపాత్మ సముద్రుచేతఁ బడఁ బాలైతిన్. 460

ఉ. అవ్వల నెన్ని లే వట మహాగహనైకనికుంజవృక్షముల్
దవ్వున నిప్పు డున్న యది తా మన కుండఁగఁ గాణయాచియే
యివ్విధ మేను మున్నెఱిఁగి యెంతయుఁ జెప్ప ననాదరంబుతో
నవ్వితి గాని పట్టదు మనంబున మీఁదటిహాని ధీనిధీ. 461

వ. అని పరిదేవనంబు చేసిన తనప్రాణవల్లభ నూఱార్చి దానివిభుం డగు పక్షి యిట్లనియె.

చ. వెఱవకు కాంత నన్ను నవివేకి యితం డని నీవు చూడ కే
డ్తెఱ భువనప్రపంచమునఁ బ్రిమ్మరుపక్షులఁ గూర్చి నీవు ని
వ్వెఱపడఁ బక్షివల్లభుని విష్ణునిఁ దెచ్చి యపత్య మిప్పుడే
నెఱయఁగఁ దెచ్చి యిచ్చెద ననింద్యచరిత్ర విచార మేటికిన్. 463

మ. అని యాటిట్టిభ మప్పు డేఁగి తనకార్యం బుర్విపైఁ గల్గుప
క్షినికాయంబున కేర్పడం దెలిపి భక్తిం బక్షులుం దానుఁ బు
ణ్యునిఁ బక్షీంద్రుని వేఁడుకో నతఁడు నన్నున్ మీర లెల్లం దలం
చి నమస్కారము లాచరించినను మచ్చిత్తంబు రంజిల్లుటన్. 464

మ. త్తకోకిల. మీర లున్నెడ కేఁగుదెంచితి మేలు మీకొకఁ డ్రోయేఁ
గోరి చేసెద నందు దొడ్డను గొంచెముం దలపోయకుం
డేరి కిందు నసాధ్య మైనది యిత్తు నుత్తములార నా
వార లెవ్వరు మీరు గా కని వైనతేయుఁడు పల్కినన్. 465

గీ. పక్షు లెల్ల విహంగమపతికి మ్రొక్కి, జలధి టిట్టిభములకును జలముతోడఁ
గీడు చేసినపని యెఱిఁగింప నెఱిఁగి, యమ్మహాత్ముండు పక్షుల కభయ మొసఁగి.

వ. క్షీరాబ్ధిమధ్యగతం బగు వైకుంఠంబునకుం జని తన్మధ్యంబున దివ్యసుధాభవనం
బునఁ బన్నగతల్పంబున నున్న పురాణపురుషుం బుండరీకాక్షుం గని సాష్టాంగ
నమస్కారపూర్వకంబుగా బహువిధస్తోత్రంబులఁ బ్రసన్నుం జేసి తనకులస్వాము
లకుం జేసినయర్ణవదుర్ణయంబు విన్నవించిన. 467

సీ. నీలాంబుదచ్ఛాయ నెఱసినమేనితో, రమణీయపీతాంబరంబుతోడ
శంఖచక్రాదికోజ్జ్వలహస్తములతోడ, ధవళాబ్జతులితనేత్రములతోడ
వనమాలికాంకితవక్షస్స్థలంబుతోఁ, బ్రవిమలకౌస్తుభప్రభలతోడ
శోభితోభయపార్శ్వసురసమూహంబుతో, సిద్ధవిద్యాధరశ్రేణితోడ

గీ. గరుడవాహనారూఢుఁ డై కైటభారి, రయముతో వచ్చి యుదధితీరమున నిల్చి
యండజంబులు మ్రొక్కిన నభయ మొసఁగి, జలధరధ్వనిఁ గే లెత్తి జలధిఁ బిలిచె.

చ. పిలిచిన నంబుధీశ్వరుఁడు పెంపెసలార ముకుందు మందరా
చలధరుఁ గాంచి సద్వినయసంభ్రమ మొప్పఁగఁ జాఁగి మ్రొక్కినన్
జలరుహలోచనుం డనియెఁ జయ్యన నీవు హరించినట్టిపి
ల్లలఁ గొని రమ్ము పక్షులవిలాపము మాన్పుము నేఁడు మాకుఁగన్. 469

క. అనినన్ జలధి ప్రసాదం, బని వేగమ తెచ్చి టిట్టిభాండంబుల న
వ్వనజోదరుముందట నుం, చినఁ గైకొని యతని ననిచి శ్రీపతి పేర్మిన్. 470

వ. అయ్యండంబు లయ్యండజంబుల కిచ్చి యంతర్హితుం డయ్యెఁ డిట్టిభంబులు పూర్వ
ప్రకారంబున నచ్చోట సుఖంబున నుండె నని చెప్పిన సంజీవకుండు మృగేంద్రుండె
భావంబున యుద్ధసన్నద్ధుం డగు ననిన దమనకుం డిట్లనియె. 471

క. మునుగాళ్లు రెండు తోఁకయు, ఘనములుగా మీఁది కెత్తి కడు వివృతముగా
నొనరించినవదనముఁ గని, మనమునఁ దలపోయుము కలహమతిఁగా నతనిన్. 472

వ. అని చెప్పి దమనకుండు కరటకుం డున్నయెడకుం జని మన ముద్యోగించిన కార్యంబు
సఫలం బయ్యె నన్యోన్యభేదంబులు పుట్టె నని చెప్పి యతనితో మఱియు నిట్లనియె.

గీ. నయవిశారదు లైనమానవులచేతఁ, దెవుల భేదింప రానికార్యములు గలవె
గాన నేనును నావేర్పు కరము నెఱపి, కార్య మీడేర్చుకొంటిని గడిఁది ననుచు.

వ. అని పింగళకునిసమ్ముఖంబునకుం బోయి పగతుండు వీఁడె యుద్ధసన్నద్ధుండై చనుదెంచుచున్నవాఁడు నీ విప్పుడు మయిమఱచి యుండం దగునె యనిన నతండును దమనకుండు చెప్పినతెఱంగునఁ గట్టాయితంబై యెదురు చూచుచుండె నంతట సంజీవకుండును జనుదెంచి మున్ను దనవిన్నచందంబున నున్నపింగళకునివికృతాకారంబు చూచి వెఱవ కతనిం దాఁకిన బింగళకుండును సంజీవకునిమీఁదికి లంఘించె నయ్యిరువురకు నన్యోన్యబద్ధామర్షయుద్ధం బుద్ధురగతిం జెల్లుచున్న సమయంబునం గరటకుండు దమనకున కిట్లనియె భవద్దుర్మంత్రవిలసితం బిట్లుండునే యని పలికి మఱియును. 375

గీ. తగిలి సామభేదదానదండములందు, మూఢుఁ డైన సామమునఁ గరంగు
భేదదానదండవాదంబు లెన్నిక, కొఱఁ గాని సామగుణము మేలు. 476

గీ. మొదలఁ గార్యజ్ఞుఁ డగువాఁడు మూఢునందుఁ, జెలఁగి సామప్రయోగంబు సేయవలయు
సామమున నెల్లపనులును సరవిఁ బొందు, నెన్ని చూచినఁ గీడు లే దెట్టియెడల. 477

గీ. తలఁప సామభేదదానదండంబులు, భూరికార్యసిద్ధికారణములు
సంఖ్యకొఱకు నయ్యె సరవిఁ దక్కినయవి, సామముననె సిద్ధి సంభవించు. 478

చ. నరనుత చంద్రనూత్నకిరణంబులచేత సరోజబాంధవ
స్థిరమహితాతపస్ఫురణచేత, గృపీటసముద్భవప్రభా
పరిణతిచేతఁ బాయనియపారవిరోధిమహాంధకారముల్
విరియు ముహూర్తమాత్రమున విశ్రుతసామవిలాససంపదన్. 479

గీ. దగిలి సామభేదదానదండములచే, వెలయు నీతి నాల్గువిధము లగుచు
నందులోన దండ మధికపాపముఁ జేయు, నది పరిత్యజించు టగ్ర్యవిధము. 480

వ. కావున మంత్రగహితుం డగుట గర్వం బనంబడు గర్వంబున నాత్మవినాశం బగు స్వామికిం గొఱగామి సంభవించినయప్పుడు తత్ప్రతీకారం బూహించుట కర్తవ్యంబు. 481

చ. కొలఁది యెఱింగి సంధి యొడఁగూర్పఁగ నేర్చినమంత్రిమంత్రముల్
దొలఁగఁగ సన్నిపాతగతి తోడనె మాన్పినవైద్యువైద్యముల్
జెలఁగి సభాంతరాళములఁ జెప్పికొనం దగుఁగాక యుల్లస
ద్బలుఁ డగువేళ నేయతఁడు పండితవృత్తి వహింపకుండెడున్. 482

క. నృపుఁడు గుణి యైన సచివుఁడు, కపటాత్ముం డైనఁ బ్రజలు గదియరు వానిం
జపలమకరాశ్రయం బగు, విపులసరోవరముఁ జేర వెఱచినభంగిన్. 483

వ. అని మఱియును. 484

ఉ. ఆసల నీశుభంబునకు నక్కట యీవిభు నొంటివానిఁగాఁ
జేసితి గాని సేవకులఁ జేరఁగ నీవు ప్రజాసమృద్ధి ను
ద్భాసితుఁ జేయ కంతయును దా నయి యున్నయమాత్యుఁ డెంతవి
శ్వాసము గల్గెనేని నరవర్యునకున్ బగవాఁడు దా నగున్. 485

క. పరుసనివానికి మదిహిత, మురుదుగ నొనరించు నెవ్వఁ డతఁ డమృత మగున్
బురుషవరేణ్యున కెవ్వఁడు, వెరవిడిక్రై కీడు సేయు విష మగు నతఁడున్. 486

వ. కావునఁ బురుషుల కహితం బాచరించు తలంపునఁ బ్రవర్తిల్లునీవు బుద్ధిహీనుండ వని
పలికి కరటకుండు మఱియు నిట్లనియె. 487

సీ. కడఁగి మనోవాక్ప్రకారంబు లేకంబు, గాక మిత్త్రునిఁ గూడి కదఁగునతఁడుఁ
బ్రబలినప్రఖ్యాతపాపవర్తనమునఁ, దగిలి ధర్మము చేయఁ దలఁచునతఁడు
నేపార నెపుడుఁ బరాపకార మొనర్చి, పృథుసంపదలఁ గూడఁబెట్టునతఁడు
సమధికం బగుదేహసౌఖ్య మపేక్షించి, చెలఁగి విద్యల నభ్యసించునతఁడుఁ

గీ. బరుసఁదనమున నేప్రొద్దుఁ బద్మముఖులఁ, బొసఁగ వలపింతు నని తలపోయునతఁడు
నెఱుక చాలనివా రని యిద్ధరిత్రి, నెఱియ నూహింతు రనిశంబు నీతివిదులు. 488

క. స్వామిప్రసాదసంపద, వేమఱు మదిఁ గోరువానివిభవం బమరున్
స్వామిప్రసాదసంపద, వేమఱు మదిఁ గోరకుండునీఱిడి చెడెడున్. 489

క. ఏరాజు తనదుభృత్యుని, కారుణ్యమువలనఁ బ్రతుకఁగాఁ జూచి మదిన్
వారక శంకితమతి యగు, నారాజువిధంబు నీచ మగు ననుదినమున్. 490

గీ. అర్థశాస్త్రంబు చదువనియట్టివాని, పుత్త్రుఁడును దండ్రిగుణములఁ గోలి పోలుచు
జగతిఁ గేతకీవృక్షసంజాతఫలము, బహుళకంటకములచేతఁ బ్రబలినట్లు. 491

వ. కావున నీకుం జెప్పఁదగినబుద్ధి యేమి యున్నది విను మని యిట్లనియె. 492

చ. నెఱయఁగ వంపరానిధరణీజము వంపఁగడంగ నేని నే
ర్తుఱ బలుఖడ్గధార జగతీధరశృంగము వ్రేసె నేని మీఁ
దెఱుఁగక బుద్ధిహీనునకు నెంతయు బుద్ధులు చెప్పె నేని చె
చ్చెర నొకవానరంబునకుఁ జెప్పినసూచిముఖంబుచాడ్పగున్. 493

వ. అనిన విని దమనకుండు తత్కథాక్రమం బెట్టి దని యడుగఁ గరటకుం డిట్లనియె.

యిద్ధనంబు సుబుద్ధి గ్రహించెఁ గాని, దుష్టబుద్ధికిఁ బని లేదు దృష్ట మనుచు
నీవు పలికిన నది తీఱిపోవుఁ బిదప, మనకుఁ గలకాల మెల్లను మనుట గలుగు. 515

వ. అనిన విని దుష్టబుద్ధికిఁ దజ్జనకుం డిట్లనియె. 516

చ. చెడుతరవాయి నిట్టిపని చెప్పితి గాని ధనంబుకాంతుఁ జే
గడపలలేదు హీనమతి గప్పినవానికి దుష్టబుద్ధి నా
నొడువఁగ నున్నని న్నిటు తనూభవుఁగాఁ గనునట్టిపాపపుం
జెడుఁ గగునాకు దుర్లభమె చెప్పెడునారకబాధ పుత్త్రికా. 517

వ. అని పలికి మఱియు నిట్లనుఁ బ్రాజ్ఞుం డుపాయంబు చింతించినపిదప నపాయం
బునుం దలంపవలయుఁ దొల్లి బకమూర్ఖంబునకుం గలయపత్యంబుల నొక్కముంగి
మ్రింగినచందం బగు విను మని యిట్లనియె. 518

మ. ఒకకాసారతటంబునందు నెరపై యున్నట్టివృక్షంబుపై
బకయుగ్మంబు వసింప భార్య పురుషుం బ్రార్థించి యోనాథ య
ర్భకరాజిం దినిపోవఁ గ్రిందఁ గలసర్పం బేపుమై నింక న
చ్చిక నేతెంచుఁ బ్రసూతికాలమును వచ్చెం గార్య మెట్లుండునో. 519

వ. అనిన విని బకవిభుం డమ్మహీరుహంబు డిగ్గి కొలనితీరంబున నిల్చి విచారించు సమయం
బున నయ్యెడకు నెక్కుళీరంబు చనుదెంచి యిదియేమి దుఃఖాకులుండవై
యున్నవాఁడ వనిన నబ్బకం బిట్లనియె. 520

ఉ. నాకులకాంత గర్భమయి నందనులం గనునంతలోన ద
ర్వీకర మేఁగుదెంచి తిని వేగమ పోయెడు నెల్లినేఁటిలో
నాకలకంఠి వెండియును గర్భవులం గనువేళ గాన నే
నాకులతం దలంకెద మహాత్మక నేమియుఁ దోఁపకుండఁగన్. 521

వ. అనినం గర్కటంబు నీకుం దగినయుపాయంబు చెప్పెద విను మని యిట్లనియె.

గీ. నకులవివరంబునందుండి నాగవిభుని, యునికిదాఁకను మీనంబు నొకటినొకటి
వైచుకొనిపోవ నాముంగి వరుసఁ దినుచుఁ, బాముఁ జంపును దీని కుపాయ మిదియె.

వ. అని కుళీరంబు చెప్పినఁ గొక్కెర యావిధం బాచరింప నకులం బమ్మత్స్యంబులఁ
దినుచుం జనిచని కృష్ణసర్పంబును ఖండించి వృక్షం బెక్కి బకదంపతులయపత్యంబు
లను భక్షించెం గావున. 524

క. తన్బ్రతుకుకొఱకు నొరునిం, గనికర మొక్కింత లేక కారించినయ
మ్మనుజుఁడు గనఁ డున్నతిన్, ధనముల నెన్నండుఁ మూర్ఖబకముంబోలెన్.

వ. అని యిట్లు చెప్పినతండ్రిపలుకులు చైకొనక దుష్టబుద్ధి లోభాక్రాంతుండై బలా
త్కారంబున నతని నొప్పించుకొనిపోయి నిశామధ్యంబున, దత్తరుకోటరంబున
నునిచి ప్రభాతసమయంబున. 526

సీ. ఆదుష్టబుద్ధి ధర్మాధికారులఁ బిల్చి, కులము పెద్దలఁ గూర్చుకొని కడంగి
ధర్మబుద్ధియుఁ దోన తడయక చనుదేర, నావృక్షమునకు సాష్టాంగ మెఱఁగి
సత్యంబ పలుకు వృక్షమ సాక్షి వీవన్నఁ, బూని వనస్పతిలోననుండి
ధర్మబుద్ధి మొఱంగి ధనముఁ జైకొనెఁ గాని, పుచ్చుకోఁ డీదుష్టబుద్ధి యన్న
గీ. వాగ్విలాసంబు వినఁబడ్డ వార లెల్ల, నద్భుతం బంది కనుఁగొనునంతలోన
మ్రాను పలికినచోటు దా మహి నెఱిఁగి, పాటిమాలి యసత్యంబు పలికె ననుచు.

వ. ఆధర్మబుద్ధి యంతరంగంబునఁ గోపోద్దీపితుం డై. 528
గీ. కుజము వెస నెక్కి యామ్రాఁదికొమ్మ లరసి, తొలఁగ వీక్షింపునపు డొకతొఱ్ఱఁ గాంచి
యింగలంబును బూరియు నెసఁగఁ దెచ్చి, కోరటంబున వైచి యచ్చోటు దొలఁగ.

క. అనలజ్వాలాజాలము, తనదేహము చుట్టుముట్టఁ దల్లడపడుచుఁ దా
మునుకొని మొఱ్ఱలు పెట్టుచు, జనములపై దుష్టబుద్ధిజనకుం డుఱికెన్. 530
గీ. పడినసెట్టిఁ జూచి పైఁబడి ధర్మాధి, కారు లెల్ల బ్రమసి కదిసి యడుగ
సుతుఁడు దుష్టబుద్ధి సుండు న న్నిటువంటి, యుడుకు చేసె ననుచు నుసురు విడిచె.
వ. విడిచినం జూచి ధర్మాధికారు లత్తెఱం గంతయు మహీకాంతునకుం జెప్పిన నతండు
దుష్టబుద్ధిం గొఱతవేయం బంచి వానిసర్వస్వంబునుం జూఱకొనియె నని చెప్పి
కరటకుండు మఱియు నిట్లనియె. 531
సీ. సమధురవాహినీసంపూర్ణ జలములు, వడి లవణాబ్ధిలో నడఁగుదాఁక
ప్రకటితస్నేహసంబంధబంధుత్వంబు, లంగనానిర్భేద మయినదాఁక
నత్యంతకాంతరహస్యవాక్యంబుల, వివరించి కొండీఁడు విన్నదాఁక
కలితపారంపర్యకులసమృద్ధి దలంప, నిలఁ గుపుత్త్రుం డుదయించుదాఁక
గీ. నిలుచునే గాని యటుమీఁద నిలువ కునికి, దప్ప దండురు నయశాస్త్రధర్మవిదులు
నీవు కులహాని యగునట్టినీచగతికిఁ దగిననడవడి గన భయం బగుచు నుండు.
గీ. కడఁగి పిశునవృత్తిఁ బెడఁబాయ కుండిన, వాని వదలకున్న వాఁడుఁ జెడును
నురగశాబకంబుఁ జిరకాల మొగిఁ బెంప, మెఱసి యొక్కవేళఁ గఱవకున్నె.
గీ. ఎఱుకగలవానిపొం దైన నెందు నమరు, నతఁడు కపటాత్ముఁ డయ్యె నే నదియుఁ గాదు
మూర్ఖుతోఁ గూడి మెలఁగెడుమూర్ఖశత్రువి, సఖ్య మెన్నండుఁ గొఱ గాదు సజ్జనులకు.

వ. కావున నీవు స్వామికి నిట్టిదురవస్థ యుత్పాదించి తింక నన్యులు నీకుం దృణకణాయ
మానం బగుట నిశ్చయంబు విను మని యిట్లనియె. 536

ఉ. వేయితులాలలోహమును వేడుకతోఁ దినె మూషకంబు ల
త్యాయతశక్తి నంచు వ్యవహారి యొకం డన నొక్కరుండు పి
న్నాయన నొక్కగృధ్రము రయంబున నెత్తుకపోయె నంచు ము
న్నాయి విచిత్ర మైనకథ యొక్కటి వింటిమి నీవు వింటివే. 537

వ. అనిన నక్కథ వినవలయు నాకుం జెప్పు మనినఁ గరటకుం డిట్లనియె. 538

చ. లలి నొకపట్టణంబునఁ గలం డొకవైశ్యుఁడు లేమిచేత ని
మ్ముల వ్యవహారికంబునకుఁ బోవుచు లోహతులాసహస్ర మి
ట్టలముగ నొక్కచుట్టముకడం బదిలంబుగఁ బెట్టి సమ్మదం
బొలయఁగ నాత్మమందిరము నొద్దకుఁ గ్రమ్మఱ వచ్చి యత్తఱిన్. 539

వ. లోహం బిడినవైశ్యునికడకుం జని యతం డిట్లనియె. 540

క. ఇన్ని దినంబులుఁ బోయితి, నన్నా పరదేశమునకు నచ్చట నాకుం
జిన్నముఁ జిదరయుఁ బుట్టక, మిన్నక రావలసె మగిడి మీ రున్నెడకున్. 541

క. మీయింట దాఁచఁబెట్టిన, నాయినుము మిపు డొసఁగవలయు నని పలికిన వాఁ
డీయక మూషకములు తిని, పోయె ననుచు ద్రవ్యలోభమున నన నతఁడున్.

క. ఈలాగున నాసొమ్ముఁ, జాలక కేరడము లాడుచునవరి నెట్టుక్
దూలించి మోసపుచ్చక, యేలా నాసొమ్ము వచ్చు నింతట ననుచున్. 542

ఉ. ఆమెడ లోహహర్త యగు నాతనిసూనుఁడు వచ్చె నాడఁగాఁ
బోయి జలంబు లాడుటకుఁ బోదము రమ్మని వానిఁ గొంచు నా
త్మాయతనంబు చేరువగృహంబున బాలుని దాఁచి యుండఁగాఁ
బాయనిదుఃఖభారమున బాలునితండ్రియు వాని రోయుచున్. 543

గీ. పురవరంబున నింటింట నరసియరసి, యడుగఁగా లోహ మిచ్చినయతఁడె కొడుకు
నంత గొనిపోయె నని చెప్ప నతఁడు వించు, శీఘ్రగతితోడఁ జనుదెంచి సెట్టితోడ.

క. పాపని నదికిం దోడుక, వే పోయితి వాఁడు రాఁడు వెండియు నతి దా
వాపోవఁ దోడఁగెఁ జెప్పవు, పాపం బని తలఁచి దుఃఖపడ వింతైనన్. 544

వ అనిన నతం డిట్లనియె. 545

క. ఇద్దఱమును నేటికిఁ జని, ప్రొద్దున్నఁ దీర్థంబు లాడి బోరన రాఁగా
గ్రద్దెత్తుక చనె నీసుతు, బద్ధరవ మెలె నుండు ననుచుఁ బలుకఁగ వెఱతున్. 546

వ. అనిన నతండు రూక్షేక్షణుండై యతిత్వరితగతిం బఱచి రాజద్వారంబున నాక్రోశింప నమ్మహీశ్వరుండు ధర్మాధికారులం బిలువం బంచి విచారింపుం డన వారును నవ్వైశ్యునిఁ దన్నిమిత్తం బడిగిన నతం డిట్లనియె. 547

గీ. సెట్టి దొంగ యొకఁడు శీఘ్రము నాపట్టిఁ
బట్టి చంపి పక్షి పట్టుకొనుచుఁ
బాఱిపోయె ననియె భావింపరయ్య యీ
యాగడంబు భూమియందుఁ గలదె. 548

వ. అనిన విని ధర్మాధికారు లీకార్యం బతర్కితం బిది విచారింపం దగు నని ప్రతివాది వైశ్యునిం బిలువం బంచి యవ్విధం బడిగిన నతం డిట్లనియె. 549

క. వేయితులాలం గలిగిన
యాయిను మితనింట నిడిన నది యెలుకలచేఁ
బోయె ననెఁ జిన్నపాపని
నాయతగతి గ్రద్దకొనుచు నరుగుట యరుదే. 550

చ. అని పలుకంగ నాసభికు లప్పు డెఱింగి యితండు సెట్టి నీ
యినుము మొసఁగుం గుమారకుని నిమ్మని వారలు చక్కఁబెట్టినన్
మనమున సమ్మతించి మఱిమాటన కాసభవారు తీర్చి చె
ప్పినగతి నట్ల చేసి రని పెం పెసఁగన్ గథ చెప్పి యిట్లనున్. 551

క. మతిమంతుఁ డైనవానికి
హితముగ నొకమాట చెప్ప నెఱిఁగి చరించున్
ధృతి దఱుఁగ నీవు నేలా
ప్రతిమగతిం జేష్ట దక్కి భ్రమసితి గంటే. 552

వ. కావున నీకు నేకార్యంబును నుపదేశింపం బనిలేదు నిన్నుఁ గూడుట యనుచితంబు.

గీ. సుజనదుర్జనసంగతిఁ బ్రజలు నడవ
గుణములును దుర్గుణంబులుఁ గూడి పరఁగు
వరుస బహుదేశసంచారవాయువులకు
గంధదుర్గంధములు వచ్చి కలసినట్లు. 553

క. మతిమంతులు దమకార్య
స్థితు లూనరింపఁగఁ జింత సేయుదు రభ్యా
గతజల మానెడుమనుజుం
డతితృష్ణాభరముఁ దొరఁగ నరయనిభంగిన్. 555

వ. అని యిట్లు కరటకుండు పలుక దమనకుం డిట్లనియె మనస్వామి సంజీవకునిం జంపిన
తెఱం గెఱుంగవలయుఁ బోద మని యయ్యిరువురుఁ గదియం జనునప్పుడు పింగళకుం
డటమున్న సంజీవకుం దెగటార్చి పశ్చాత్తాపంబునం బొరలుచుండి యప్పుడు దమన
కుం జూచి చూచితే యని పలికి యిట్లనియె. 556

శా. పాలింపం దగువానిఁగాఁ దలఁచి తాఁ బాలించి రాజార్హసు
శ్రీలం బ్రోదిగఁ జేసి పెంచుటయ ధాత్రీపాలధర్మంబు గా
కేలా యిట్లు విచారదూరమతి నై యేఁ ద్రుంచితిన్ వాని దు
శ్శీలుం డై విషవృక్ష మైన నిడి తా ఛేదించునే యెవ్వఁడున్. 557

వ. అదియునుంగాక. 558

చ. అవగుణి యైనఁ గాక సుగుణాత్మకుఁ డైన భటోత్తము న్మహీ
ధవుఁడు పరిత్యజింప మఱి తక్కినవారు తొలంగిపోదు ర
య్యవినయవృత్తి భూపతికి హానియు ధాత్రికి నాశనంబు నై
భువి నపకీర్తి పుట్టుఁ దలపోసి తలంకెద నేమి సేయుదున్. 559

వ. అనిన విని దమనకుండు దేవా వైరిసంహరణానంతరంబున నిట్లు సంతాపింపం బని లే
దు విను మని యిట్లనియె. 560

ఉ. సమ్మద మొప్ప వైరిజనసంహరణం బొనరించెనేని లో
కమ్మను బొంద నేల ఘనగర్వమునన్ బ్రతికూలవృత్తిగాఁ
దమ్ములు భృత్యులున్ హితవితానముఁ బుత్త్రులుఁ గూడ నుండినన్
గ్రమ్మఱ నాజ్ఞ సేయఁ దగుఁ గాదె నృపాలుర కివ్వసుంధరన్. 561

సీ. సార్వకాలికకృపాసంపూర్ణమతి యైన, మానవేశ్వరునకుఁ గానిగుణము
కుటిలవిచారసంఘటితమిత్త్రుం డైన, వాని భావించినఁ గానిగుణము
సమధికప్రియమున సర్వభక్షకుఁ డైన, భూనిలింపున కది కానిగుణము

ప్రాణేశసంతతప్రతికూల యగునేని, మానినీమణి కది కానిగుణము
గీ. తివిరి సచివుండు రాజ్యంబుఁ దీర్చునపుడు
కడుఁ బ్రమత్తత పొందుట కానిగుణము
చెనసి భృత్యుండు నృపుపంపు సేయకుండు
క్రమము గలిగిన నదియును గానిగుణము. 562

చ. అరయ మనుష్యమాత్రులకు నంటినకొంచెపుబుద్ధి ధారుణీ
శ్వరుఁడు ధరిత్రి యేలు టది వర్ణన కెక్కునె శత్రుభీకర
స్ఫురదురుకార్యఖడ్గముల భూతల మంతయు నాక్రమించి సు
స్థిరఘనకీర్తిసంపదలఁ జెన్నువహించినఁ గాక మేదినిన్. 563

వ. అని మఱియును. 564

సీ. సత్యంబు దప్పక జరపు నొక్కొకచోట, ననృతంబు లొకచోట నడరఁ జేయు
సరసంపుఁబ్రియములు సలుపు నొక్కొకచోటఁ, బరుషంబు లొకచోటఁ బల్కఁ జేయుఁ
బరమకారుణ్యస్వభావ యౌ నొకచోట, నొకచోట హింసకు నుత్సహించు
నర్థార్జనాతిసమర్థ యౌ నొకచోట, నుచితదానాఢ్య యౌ నొక్కచోట
నిత్యవ్యయంబులు నెఱపు నొక్కొకచోట, నొడగూర్చు బహుధన మొక్కచోట
గీ. నమర నృపనీతి పెక్కురూపములు గలిగి
చతురవారాంగనయుఁబోలె జగతి మెఱయు
నిట్టినయమార్గములు నీవు నెఱిఁగి నడువు
ఘనతరైశ్వర్యసంసిద్ధి గలుగు నీకు. 565

వ. అని యిట్లు దమనకుండు పలికినఁ గలంక దేఱినచిత్తంబునం బ్రియం బంది నిజ
భృత్యామాత్యవర్గంబులం గూడుకొని పూర్వప్రకారంబునం బూజ్యసామ్రాజ్యంబు
సేయుచుండె నని విష్ణుశర్మ నృపకుమారులకుం జెప్పినమిత్రభేదంబు విని యటమీఁద
సుహృల్లాభంబు తెఱం గెఱింగింపు మనుటయు. 566

శా. భామానూతనపుష్పబాణ కరుణాపారీణ విద్వజ్జన
స్తోమారామవసంత వైరిజనతాశుండాలహర్యక్ష ది
క్సీమాలంఘనసాంద్రకీర్తిలతికాకీర్ణప్రభావోదయా
సామోచ్చారణభుక్తిముక్తిఫలదా నమైత్రికరక్షామణీ. 567

తరల. చిరయశోధన శిష్టబోధన చింతితోద్యమసాధనా
సరసభూషణ సాధుపోషణ శత్రులోకవిభీషణా
పరమపావన ప్రాజ్ఞసేవన పద్మనేత్రవిభావనా
స్మరవిరాజిత సత్యయోజిత సర్వలోకసుపూజితా. 568

మాలినీ. సరసగుణవిశాలా చారుధర్మానుకూలా
వరవితరణకర్ణా వర్ణితానందపూర్ణా
పరుషజనవిదూరా భామినీచిత్తచోరా
గిరిధరవరసేవా కీర్తనీయప్రభావా. 569

గద్య. ఇది శ్రీమైత్రావరుణగోత్రపవిత్ర, బ్రహ్మనామాత్యపుత్త్ర, సుకవిజనవిధేయ, నారాయణనామధేయప్రణీతం బైనపంచతంత్రం బనుమహాకావ్యంబునందు మిత్త్రభేదం బనునది ప్రథమాశ్వాసము.

పంచతంత్రము.

సుహృల్లాభము.

క. శ్రీ రమణీమణిహారవి, హారాంకితబాహుమధ్య యానతవైరి
క్ష్మారమణభరణకరుణా, పారంగత తమ్మవిభునిబసవకుమారా. 1

వ. అవధరింపు మక్కుమారులు సుహృల్లాభం బనియెడుద్వితీయతంత్రం బెఱిఁగింపు
మనిన విష్ణుశర్మ యిట్లనియె.

గీ. సాధనంబులు నర్థసంచయము లేక, బుద్ధిమంతులు తమలోనఁ బొందు చేసి
వలయుకార్యంబు లొనరింపఁ దలఁతు రెందుఁ గాక కచ్ఛప మృగ మూషికములరీతి.

వ. అది యెట్లంటేని. 4

సీ. మహికి నలంకారమండనం బై యొప్పు,మహిలాపురప్రాంతగహనభూమిఁ
బొలుపొందుశాల్మలీభూజంబుపై లఘు, పతనుఁ డనువాయిసపతి వసించు
నమ్మహీజముక్రింది కంతట లుబ్ధకుఁ, డరుగుదెంచినఁ గాక మాత్మఁ దలఁకి
దండధరప్రతిముండు వీఁ డిచటికి, నేమికారణమున నేఁగుదెంచె

గీ. నుండెఁ గొఱగాదు దుర్జనుఁ డున్నచోట,నట్టు గాకయు నాకింటి కరుగవలయు
నిచటఁ బ్రొద్దయ్యె నిలువంగ నేల యనుచుఁ, జూచుచుండంగ నాచెట్టుచుట్టుఁదిరుగ.

క. వలపైచి క్రింద ధాన్యనం, బలికి నిగూఢంబుగాఁగ నవ్వలిపొదలోఁ
దల దూఱిచి దృఢదృష్టిం, దొలఁగక కనుఁగొనుచు నుండె దూరమునందున్. 6

క, కనుఁగొని చిత్రగ్రీవుం, డనఁ బరఁగుకపోతభర్త యాధాన్యములం
దిన మనసు పెట్టి తనబల, మును దానును వ్రాలి జాలమునఁ దగులుటయున్. 7

వ, ఇట్లు కాలపాశబద్ధుండునుంబోలెఁ జిత్రగ్రీవుండు సపరివారంబుగా నవ్వలం
దగులువడినం జూచి ప్రహర్షోత్కర్షంబునం బొదలి లుబ్ధకుండు కదియం జను
నంతకుమున్న చిత్రగ్రీవుం డనుచరవర్గంబున కిట్లనియె. 8

సీ. ఉదరాగ్నిబాధల నుడ తెఱుంగమిఁ జేసి, తడఁబడఁ బడితి మిందఱము వలను
మనకు నాపద దీర్ప మఱి యెవ్వ రున్నారు వెలయ నేఁ జెప్పెదు వెరవువినుఁడు
పురడించి మన మొక్కపూఁపున వల యెత్తి, గగనభాగమునకు నెగసి చనిన
నిప్పు డీయొప్పమి దప్పు నవ్వలఁ బోవ, వల పాయుటకు నొండువలను గలుగు

గీ. వనిన నట్లకాక యనుచుఁ గపోతంబు, లద్భుతంబుగాఁగ నాకసమున
కడరి వలను గొనుచు నరిగెఁ గ్రవ్యాదుండు, దుఃఖితుండు విస్మితుండు నగుచు. 9

వ. తనలో నిట్లని విచారించె. 10

చ. వలఁబడి చిక్కుటొండె వల ద్రెచ్చుక పోవుటయొండెఁ గాక ప
క్షులు వల గొంచు భారమునకుం దలఁకొందక యంబరంబునన్
గలఁగక పాఱు టిట్లు వెనుకం గనుఁగొన్నది లేదు చిత్ర మీ
పులుఁగులు నేల వ్రాలఁ గని పోయి హరించెద నంచుఁ జూడఁగన్. 11

వ. ఆసమయంబున శాల్మలీవృక్షగతం బగువాయసం బధికక్షుత్పిపాసాపరవశం బై
యుండియు నయ్యాశ్చర్యంబు చూచువేడుక నాకపోతంబులవెనుకం బఱచు
చుండ లుబ్ధకుండునుం గపోతంబులచెంత భూతలగతుం డై యతిత్వరితగమనం
బునం బఱచి యవియు దృష్టిగోచరంబులు గాక దూరం బరిగిన నిట్టూర్పు నిగిడిం
చుచు నిజనివాసంబునకుం జనియె నట చని చని చిత్రగ్రీవుం డనుచరవర్గంబున
కిట్లనియె. 12

క. నాచెలికాఁడు హిరణ్యకుఁ, డీచేరువ నుండు నెపుడు నిటఁ దా మనకైఁ
దోఁచినదుర్దశ మాన్పన్, జూచు నతఁడు నన్నుఁ దెలియఁ జూచినమాత్రన్. 13

వ. అనఁ గపోతంబు లట్లకాక యని హిరణ్యకుం డనుమూషికంబుబిలంబు గదియ
డిగ్గినఁ జిత్రగ్రీవుండు తనవదనంబు బిలద్వారంబునం జొనిపి హిరణ్యకా నేను
నీసఖుండఁ జిత్రగ్రీవుండ న న్నఱుంగవలయు ననినఁ దద్వచనంబు లాకర్ణించి
సంభ్రమంబున బిలంబు వెడలి పరిగతుం డగుచెలికాని నత్యాదరంబునఁ గౌఁగి
లించుకొని దుఃఖితుం డై యిట్లనియె. 14

క. మిగుల వివేకివి నీకుం, దగ నెగ్గులు చేసె నే విధాత్రుం డనినన్
నగుచును జిత్రగ్రీవుఁడు, తగు నే యెఱింగియును నడుగఁ దత్త్వజ్ఞనిధీ. 15

వ. ఎఱింగియు న న్నడిగితివి గాన విను మని యిట్లనియె. 16

ఉ. ఎచ్చట నేనిమిత్తమున నేపని యెవ్వనివంక నెప్పుడో
నచ్చట నానిమిత్తమున నాపని యాతనివంక నప్పుడో
నచ్చుగ మర్త్యకోటికి శుభాశుభనిర్మితకర్మజాలముల్
దెచ్చి విధాత కాలముంగతిం గదియించుఁ దలంక నేటికిన్. 17

వ. అనిన విని హిరణ్యకుండు విచారింపక పలికితిం గాని నీచెప్పినట్ల యగుం దప్ప దని
యిట్లనియె. 18

గీ. నూటపదియోజనంబులపాటి నెగసి, యవనిఁ బక్షులు పొడగాంచు నామిషంబు
కాలసంప్రాప్త మైనచోఁ గానలేవు, పాశబంధంబు లేమి చెప్పంగవలయు. 19

క. గ్రహపీడ చంద్రసూర్యుల, కహిగజ విహగముల కుగ్ర మగు బంధనముల్
బహుమతికి దరిద్రత్వము, విహితంబుగఁ జేసినట్టివిధి నేమందున్. 20

చ. అరుదుగఁ జేరరానిగహనాబ్ధులఁ గ్రుమ్మరు నాఖగాండజో
త్కరములఁ జిక్కఁ బెన్వలలఁ గానవు దుర్నయసచ్చరిత్రవి
స్ఫురణముఁ దెల్వి స్థానబలమున్ మఱి యెయ్యది యోఁ గదా క్రియా
పరుఁ డవుచున్ గ్రహించు విధి ప్రాణుల దవ్వులఁ గేలు సాఁచుచున్. 21

చ. ఒరులకుఁ గీడు సేయక పరోపకృతిం జరియించుసజ్జనుం
బొరిఁ బొరిఁ బొందు నాపదలు భూరిసుఖం బగు దోషకారికిన్
సరవి యెఱింగి చేయఁడు నిజంబుగఁ జూచి విధాత పూర్వ జ
న్మరచితపుణ్యపాపములమార్గనిరూఢతఁ గాని నెచ్చెలీ. 22

వ. అని యిట్లు హిరణ్యకుండు పలికి తనమిత్త్రుం డగుచిత్రగ్రీవున్ బంధనిర్ముక్తుం జేయం
దలంచి కదిసినం జూచి చిత్రగ్రీవుం డిట్లనియె. 23

క. పరిజనబంధచ్ఛేదము, వెరవునఁ గావించి పిదప విడిపింపు ననున్
బరివారము నరయనినృప, వరునకు నెక్కడిది రాజ్యవైభవ మెందున్. 24

వ. అని యిట్లు పలికినచిత్రగ్రీవు వచనంబులకుఁ బ్రియం బంది హిరణ్యకుం డిట్లనియె. 25

క, నీనిర్మలగుణసంపద, నీనడపడి నీక యొప్పు నినుఁ గొనియాడం
గా నాకు శక్య మగునే, భూనుతగుణ నిన్నుఁ బోల్పఁ బురుషుఁడు గలఁడే. 26

గీ. వాలి భూలోక మంతయు నేలఁ జాలు, నధికపుణ్యుండ వని కొనియాడి యతని
పరిజనంబుల నిర్బంధభార ముడిపి, పిదపఁ దత్స్వామి విడిచి సంప్రీతితోడ. 27

గీ. విందు పెట్టి యనుప వేడ్క నాతఁడు వోవ, నాహిరణ్యకుండు నరుగఁ జూచి
లలి నెఱింగి యపుడు లఘుపతనుం డను, వాయసంబు గదిసి వాని కనియె. 28

గీ. ఓహిరణ్యక సఖుని నిట్లూఱడించి, బంధ నిర్ముక్తునిఁగఁ జేసి పంపఁ జూచి
సౌఖ్యకర మైననీతోడిసఖ్యమునకుఁ, గాంక్ష చేసితి న న్నట్లు గారవింపు. 29

గీ. శాల్మలీవృక్షగతుఁడనై సంచరింతుఁ, బ్రీతి లఘుపతనుం డను పేరువాఁడఁ
గాకు లెల్లను నాభృత్యగణము గాఁగఁ, బనులు గొందును సామ్రాజ్యపదవి నొంది.

వ. అనిన హిరణ్యకుం డతనితోడ నీకును నాకును మైత్రి యెట్లు గూడనేర్చు విను
మని యిట్లనియె. 31

గీ. ఎవరి కెవ్వరి కేభంగి నెట్లు పొసఁగు, నట్టివారికి మైత్రి దా నమరుఁ గాక
నాశరీరంబు నీకు నన్నంబు నీవు, భోక్త వటు గానఁ జెలిమికిఁ బొందు గాదు. 32

వ. అనిన విని లఘుపతనుం డిట్లనియె. 33

క. నీదేహము నా కశనము, గా దో పుణ్యాత్మ యిట్టికష్టుఁడనే యి
మ్మేదినిఁ జిత్రగ్రీవుని, నీదగుసఖ్యంబువోలె నెఱపుము నెమ్మిన్. 34

క. రోయక నిను భక్షించిన, నాయాఁకలి దీఱఁ జాలునా యనుమానం
బీయెడ వల దిటు చేకొన, నాయము నన్నుం గపోతనాయకు భంగిన్. 35

క. ఎందును దిర్యగ్జంతువు, లందును దగు సమయనిశ్చయంబును హితముం
బొందుపడుట దృష్టం బిది, వింద వయిననినుఁ గపోతవిభునిం జూడన్. 36

వ. అని లఘుపతనుండు మఱియు నిట్లనియె. 37

ఉ. ఓర్వక దుర్జనుండు కఠినోక్తుల సజ్జనుఁ బల్కెనేని ని
గ్గర్వుఁడు గాని యాతఁడు వికారము నొందఁ డొకింతయేని తా
నౌర్వశిఖిం గలంగనిమహోబ్ధిజలంబు తృణాగ్ని వైచినన్
దుర్వహదుఃఖ భార మయి తోడనె తాపముఁ బొంద నేర్చునే. 38

వ. అనిన హిరణ్యకుం డిట్లనియె. 39

గీ. చపలమతివి నీవు చాల నమ్మినవారి, నెలమిఁ బ్రోచుశక్తి యెట్లు గలుగుఁ
జంచలుండు చెఱుచు సకలకార్యంబులు, గాన నీవు నాకుఁ గాదు పొందు. 40

వ. అనిన లఘుపతనుం డిట్లనియె. 41

ఉ. ఏ నటువంటివాఁడ నని యీవిరసోక్తులు పల్కనేటికిన్
మానుము లోనిశంక బహుమానపురస్సర మైనమిత్త్రసం
ధాన మవశ్యకార్యముగఁ దత్పరతం దగఁ జేయు నాయెడం
గాని గుణంబు లెన్నకు మొకానొకవేళను నోహిరణ్యకా. 42

వ. అనిన నతం డిట్లనియె. 43

గీ. నీవు నాకును శాత్రవనియతధర్మ, మైననడవడి వర్తిల్లు నాత్మయందుఁ
గల్మషము లేనిమైత్త్రి దాఁ గలుగు టెట్టు, గానఁ జెప్పంగ నదియు యుక్తంబు గాదు.

గీ. బుద్ధిమంతుఁ డైనపురుషుండు దనశత్రు, హితుఁ డటంచుఁ జేర నిచ్చి చెడును
దప్తజలముచేతఁ దడిసినయగ్ని దా, హీన మగుచు శమిత మైన కరణి. 45

వ. అని మఱియును. 46

క. విను శక్య మైనకార్యము, చనుఁ జేయ నశక్య మైనఁ జనునే చేయన్
వననిధిపై శకటంబును, నొనరంగా మిట్టనేల నోడయుఁ జనునే. 47

చ. మిగుల హితుండు నావలన మేలునుఁ బొందె నితండు నాయెడం
దెగఁ డని ధూర్తు నమ్మి చెడుఁ దెల్లమి సజ్జనశబ్దమాత్రమే
నెగడును గాని యిప్పు డవనిన్ సుజనుం డనువానిఁ గాన ని
మ్మఁగ ధనలేశమాత్రమున మోహనిబద్ధము లోక మంతయున్. 48

ఉ. చాలఁగ నిష్టుఁ డంచు నను శౌర్య మహోద్యమకార్యజాలముల్
మేలుగఁ జేయు నంచును సమీపము పాయక యుండు నట్టి దు
శ్శీలుని వర్తనం బెఱిఁగి చేరఁగ నిచ్చినఁ జేటు వచ్చు మ
ర్త్యాలికి నంకమధ్యభుజగాంకితసుప్తునిఁ బోల్ప బిట్టుగన్. 49

క. సనిదానంబున శత్రుఁడు, ననుకూలత లేనినిజకులాంగనమనువున్
వినయంబు లేని మనుజాల, మనుగడ యాసన్నకాలమరణము లెందున్. 50

క. కర్కటరిపునెడఁ దొలఁగక, మార్కొనఁ దగు సంధి చేసి మఱి కదిసినచోఁ
దార్కొను నతనికి మృత్యువు, కర్కటి గర్భంబుచేతఁ గ్రాఁగినభంగిన్. 51

క. ఏదోషంబులు నతనికి, నాదిం జేయుటయ కల్గ దని క్రూరాత్ముం
గాదు గదియంగఁ బలుకఁ బ్ర, మాదము మతిమంతు లైనమనుజుల కెల్లన్. 52

వ. అని యిట్లు హిరణ్యకుండు పలికిన లఘుపతనుం డిట్లనియె. 53

క. నీనీతివాక్యపద్ధతు, లే నన్నియు వింటి నీవు నిష్టునిఁగా న
న్నీనెఱిఁ గైకొనకుండిన, నే నశనము దొఱఁగి దేహ మిచ్చట విడుతున్. 54

వ. అని మఱియును. 55

చ. కరఁగిన నెల్లలోహములు గ్రక్కునఁ గూడు నిమిత్తమాత్రమై
జరగుటఁ జేసి పక్షిమృగసంతతి గూడు భయంబు లోభమున్
బరఁగుటఁ జేసి మూర్ఖు సులభంబుగఁ గూడు గుణాఢ్యు లైన స
త్పురుషులు చూచినంతటనె పొం దొనరింతురు పో హిరణ్యకా. 56

గీ. మంటికడవఁబోలె మఱి దుర్జనస్నేహ, మధికశీఘ్రముననె హత్తు విరియుఁ
గనకకలశభాతి గలసజ్జనస్నేహ, మొదవుఁ బగులఁ బడక పదిల మగును. 57

వ. అని యిట్లు లఘుపతనుండు పలికిన హిరణ్యకుం డిట్లనియె. 58

క. నే నీవు నెంత చెప్పినఁ, గానిమ్మన కెల్లభంగిఁ గావలె ననుచుం
బూనితి నాయెడ మైత్త్రికి, నేనుం దగ నియ్యకొంటి నెంతయు వేడ్కన్. 59

మ. ఉపకారం బొకవంకఁ జేయుటయుఁ దా నూహింప సన్మైత్త్రియే
యపకారం బొకవంకఁ జేయుటయుఁ దా నబ్భంగి శత్రుత్వమే

నెప మొక్కింతయు లేనివర్తనము లున్మేషింప మేల్గీల్గ న
చ్చపువాత్సల్యము ద్వేషముం గలుగుటల్ సౌహార్దశత్రుత్వముల్. 60

వ. అనుచు నివ్విధంబున నన్యోన్యసంభాషణంబుల నత్యంతస్నేహంబులు నిగుడ నఖమాంసంబులుం బోలి దుర్భేద్యంబు లగునంతఃకరణంబులం గలసి కూడి మెలంగు నంత హిరణ్యకుండు తనగృహంబున స్వేచ్ఛావిహారం బొసంగి లఘుపతను వీడ్కొల్పిన నతండునుం దనమందిరంబునకుం జని యప్పటప్పటికి మహాగహనంబునకుం బోయి సింహశరభశార్దూలాదులచేతం జచ్చినమృగంబులమాంసంబులు దెచ్చి హిరణ్యకునకుఁ బెట్టి తాను నుపయోగించుచున్నఁ గొంతకాలంబునకు నొక్కనాఁడు హిరణ్యకుం జూచి లఘుపతనుం డిట్లనియె. 61

ఉ. ఉండితి నీకడన్ విడువ నోపక యివ్విపినంబులోన నేఁ
డొండొకకాన కేఁగవలయున్ ననుఁ బంపుము చక్రవాక కా
రండవరాజహంసబకరాజవిహారవిరాజమాన మై
యుండు సరోవరం బచట నుండును నాచెలికాఁడు నిచ్చలున్. 62

ఉ. ఆతఁడు మిత్త్రమందరసమాఖ్యమునం బొగ డొందుకచ్ఛపం
బీతఱి నేను బోవఁ బ్రియ మేర్పడ వేగమె తెచ్చి పెట్టు నా
నాతనువర్ణమీనముల నాదుశరీరము వృద్ధిఁ బొందు బ్రే
మాతిశయంబు గానఁబడునట్లుగఁ బాయఁగ రానిచుట్టమై. 63

వ. అనిన విని హిరణ్యకుం డిట్లనియె. 64

గీ. నిన్నుఁ బాసి నిలువ నేర నీతోడన, వత్తుఁ గొంచుఁ బొమ్ము వాయసేంద్ర
ప్రాప్త మైనదుఃఖభరము దేశాంతర, గమనుఁ డైనఁ గాని గ్రాఁగ దెందు. 65

వ. అని పలుక లఘుపతనుం డదరిపడి నాతోడ నిన్నిదినంబు లెన్నఁడుం జెప్పవు దుఃఖప్రాప్తి యగుటకుఁ గతం బేమి యని యడిగిన హిరణ్యకుండు నా తెఱం గంతయు నచ్చటఁ దేటపడ వివరింపం దెలియుదువు గాని నన్నుఁ దోడ్కొని పొమ్మనిన నతం డట్ల కాక యని చంచూపుటంబునం గబళించి గగనభాగంబున నమ్మూషికంబుఁ గొని చని వాయసంబు దాను మున్నరుగ నుద్యోగించినసరోవరతీరంబునఁ బెట్టి నిలిచినసమయంబున. 66

ఉ. ఎన్నఁడు రానిచుట్ట మిదె యిచ్చటికిం జనుదెంచె భాగ్యసం
పన్నుఁడ నైతి నంచు జలమధ్యము వెల్వడి యర్హసత్క్రియల్
గ్రన్నన నాచరించి చెలికానిఁ గనుంగొని కూర్మనాథుఁ డో
యన్నమహాత్మ మూషికము నారసి యెచ్చటనుండి తెచ్చితో. 67

వ. అనిన మిత్త్రమందరునకు లఘుపతనుం డిట్లనియె. 68

చ. ఇతఁడు హిరణ్యకుం డనఁగ నిమ్మహి మూషికభర్త నాకు సం
తతమును నెయ్యుఁడై తిరుగు దైవకృతంబునఁ దీవ్రదుర్దశన్
ధృతి చెడి నిల్వలేక చనుదెంచెను నీపొడ గాన నీతనిన్
జతురభవద్వచోవిభవసంపద శోకము మాన్పు నాకుఁగాన్. 69

గీ. విను సహస్రముఖమ్ముల వేలు పొందెఁ, దెలిసి నాలుగుముఖములదేవుఁ డొందె
సురగురుం డొందె నితనివిశుద్ధగుణము, లెన్న నోపుదు రన్న వా రెన్న లేరు. 70

గీ. చెలిమి గలకాల మెల్లను జెఱుప కునికి, క్రోధ మాప్రొద్దె శీఘ్రంబె కూడి విడుట
యీగి నిస్సంగుఁడునుబోలె నిచ్చి చనుట, యివి మహాత్ములగుణములై యెన్నఁబడును.

వ. అని మఱియుఁ జిత్రగ్రీవోపాఖ్యానంబు మొదలుకొని హిరణ్యకునిగుణకథనంబు లమ్మహాత్మునికిం దేటపడం జెప్పి నాకంటె నీ వితని నీకు నిష్టసఖునింగాఁ బరిగ్రహింపు మని యతకి నప్పగించిన నాశ్చర్యచిత్తుండై మిత్త్రమందరుండు హిరణ్యకున కిట్లనియె. 72

గీ. అనఘ యింతదూర మనక నిర్జన మైన, వనము చొచ్చి నన్నుఁ గనుట కిచట
నేమికార్య మనిన నెఱిఁగింతు విను మని, యతఁడు చెప్పఁ దొడఁగె నతనితోడ. 73

సీ. ఒకయూరిలోపల నొర పైన మఠ మొప్పు, నందుఁ జూడాకర్ణుఁ డనఁగఁ బరఁగు
సన్న్యాసి బ్రాహ్మణసదనంబులకుఁ జని, యెత్తినభిక్షతో నేఁగుదెంచి
మఠములోనికిఁ దెచ్చి మానుగా భుజియించి, శేషాన్న మొకపాత్రఁ జిందకుండ
నచ్చోట నిడి నిద్ర నందిన నాతని, ప్రియసఖుం డగుబృహస్ఫిగుఁడు వచ్చి

గీ. నిద్ర దెలిపి యతని నెఱయ నే వినుచుండఁ, బుణ్యకథలచేతఁ బ్రొద్దు గడప
వినుచు నతఁడు నన్ను వెఱపించుకొఱకు నై, గిలుక లున్న వెదురు కేలఁ బట్టి. 74

గీ. అప్పటప్పటి కాకోల చప్పుడించి, నన్నుఁ దనభిక్షపాత్రయు నాటఁ జూడఁ
గథలు చెప్పెడునాతండు గనలు నిగుడ, నేమి చెప్పితి నిందాఁక నేమి వింటి. 75

వ. ఏకాగ్రచిత్తుండవు గామికిఁ గతం బేమి యనినఁ జూడాకర్ణుం డాబృహస్ఫిగున కిట్లనియె నాచిత్తంబు నీవు చెప్పెడుకథలమీఁద సావధానంబు గామి నిజంబు నీవు నక్కథ యెట్లో యెఱింగితి వదె యొక్కమూషికంబు నామఠంబున వసియించి నాభిక్షాపాత్రంబునం గలయన్నం బొక్కింత గన్నుమూసినసమయంబున నంతయుఁ దిని పోవ నేనును నమ్మూషికాపకారంబునకు నీమఠంబు విడిచి పోవం గలవాఁడనై యున్నవాఁడ ననిన బృహస్ఫిగుం డిట్లనియె నీమఠంబున వసియించినమూషికం

బొకటియొ బహుమూషకంబు లున్నవో యనినఁ బెక్కు లేవొక్కటియే యనిన నతం
డొకమూషికం బీమఠంబున వసియించుటకుఁ గారణంబు గలుగవలయు నెట్లంటేని.

గీ. శాండలీమాత యనునట్టిచంద్రవదన, నువ్వుఁబప్పుకు సరి చేరునువ్వు లడుగ
నెఱియ విప్రుండు కారణ మెఱిఁగినట్లు, మూషికం బున్న కారణమును నెఱుంగు. 77

వ. అనిన నత్తెఱం గెఱింగింపు మనినఁ జూడాకర్ణునకు బృహస్ఫిగుం డిట్లనియె. 78

మ. విను మే నొక్కధరామరేంద్రుగృహ మన్వేషించి భిక్షింపఁగాఁ
జని యున్నంతట నింటిబ్రాహ్మణుఁడు విస్పష్టంబుగా నింతితో
వనజాతాయతనేత్ర రేపటియమావాస్య న్మహీదేవభో
జనకార్యంబున కేమి గూర్చితివి వాత్సల్యంబునం జెప్పుమా. 79

వ. అనిన బ్రాహ్మణి దనపురుషు నీక్షించి యిట్లనియె. 80

క. తన నేర్పుకొలఁదిఁ బురుషుం, డనువున ద్రవ్యములు గూర్చి యవి దెచ్చినచో
వనితలు పాకక్రియలకు, నొనరింతురు నీవు దేక యున్నవె చెప్పుమా. 81

వ. అనిన నమ్మహీదేవుం డమ్మగువం గోపించి యిట్లనియె. 82

క. తగుసంచయంబు వలయుం, దగ దతిసంచయము సేయుతలఁ పెవ్వరికిన్
మృగధూర్తం బతికాంక్షను, మగువా మును వింటిచేత మడియుట వినవే. 83

చ. అనుటయుఁ గాంత తత్కథ ప్రియంబునఁ జెప్పఁ దనంగ బ్రాహ్మణుం
డనియెఁ గిరాతుఁ డొక్కఁడు గృహంబుననుండి ఫలోపజీవి యా
టను వనభూమి కేఁగి యొకతావున నొక్కమృగంబుఁ జంపి చే
కొని చనుదెంచుచోఁ గనియెఁ గోలము నీలకుభృద్విశాలమున్. 84

వ. కనుంగొని యాత్మగతంబున. 85

క. ఇది నాకు దైవ మిచ్చిన, యది యని తనయూఁపువేఁట నటు వెట్టి శిత
ప్రదరంబు దొడిగి యేసిన, నది వాని వధించి తాను నవ్వలఁ ద్రెళ్లెన్. 86

క. అంత నొకనక్క యామిష, చింతం జరియించుచుండి చేరువఁ గని య
త్యంతముదంబునఁ బొంగుచు, నెంతయుభాగ్యమున నబ్బె నిది నా కనుచున్. 87

గీ. దాఁటు నూలవెట్టుఁ దలఁకు దిక్కులు నూఁచుఁ, దోఁక నులుచుఁ గదియుఁ దొడఁగుఁ దొలఁగు
మోఁది చేర నరుగు మూర్కొనుఁ దార్కొనుఁ, గాలు ద్రవ్వు నిసుము కలయఁ జల్లు.

వ. ఇవ్విధంబున ననేకప్రకారంబుల నాదద్రుకనామధేయం బగుమృగధూర్తంబు
పెన్నిధానంబుఁ గన్న పేదయుంబోలె నత్యంతసంతుష్టాంతరంగంబునఁ దనలో
నిట్లని వితర్కించె.
89

గీ. బోయ నొకనాఁడు భక్షింతు భూరిమృగము, నూకరంబును రెన్నాళ్లక్షుధకు విడుతుఁ
బట్టి యూరక యివి గంటి పెట్ట నేల, నేఁటి కీనారి దగు వేయుఁ నేటి కనుచు.

ఉ. గ్రక్కునఁ జేరి నక్క తమకంబునఁ జచ్చినబోయయొద్ద ము
న్నెక్కుడియున్నవింటిగుణ మిమ్ముగఁ దాఁ గొఱుకంగ దానికొ
మ్మక్కునఁ దాఁకి తీవ్రముగ నవ్వల వెళ్లినఁ గూలెఁ గావునన్
మిక్కిలి లోభి యైనతఁడు మీఁదటికార్యముఁ గాన నేర్చునే. 91

క. మిక్కిలిగఁ గూడఁబెట్టక, తక్కక ధనసంచయంబు తగుమాత్రముగాఁ
జొక్కముగఁ జేయ కుండిన, నక్కాంతకు బ్రతుకు గలదె యంబుజనేత్రా. 92

క. అనునతనిమాట కాసతి, వినయంబునఁ బలికె నేను వెట్టిన కాలం
బునఁ దిలతండులముల దాఁచినదానం బులగ మేను జేసెద ననుచున్. 93

ఉ. ఆపరునాఁడు రేపకడ నాతిల లెల్లను దంచి ముంగిటన్
దామరసాక్షి యెండ నిడి తా గృహకృత్యము దీర్చుచున్నచో
నేమఱియున్న నయ్యెడను నేపునఁ గుక్కుట మేఁగుదెంచి యు
ద్దామత నువ్వు లచ్చటఁ బదంబులఁ జల్లిన విప్రుఁ డిట్లనున్, 94

క. విను కామాంధకి యాతిల, లనయము గొఱగావు బ్రాహ్మణార్థముకొఱకున్
గొనిపోయి మార్చి తెమ్మని, పనిచినఁ జని పొరుగుటింట భాషించుతఱిన్. 95

గీ. ఇంటిగృహమేధి యచటికి నేఁగుదెంచి, యేమిబేరము నాఁడెద వింతి యనిన
నువ్వుఁబప్పు నా కిచ్చి నే నువ్వు లీయ, మాటలాడెద ననిన నామాట కతఁడు. 96

క. చేనువ్వులకుం గడిగిన, యీనువ్వుల నిచ్చువార లెందును గలరే
మానిని దీనికిఁ గత మే, దేనిం గలుగంగవలయు నిమ్ముగఁ దలపన్. 97

వ. అనుమాట లంతకమున్న భిక్షాన్నంబునకున్ బోయి నేను వింటి నిమ్మాక్షికం
బును గారణంబు లేక యొంటి నిచ్చట వసియింప నేర దని బృహస్ఫిగుండు చూడా
కర్ణునకుం జెప్పిన నతండు. 98

క. తనభిక్షాన్న మశంకం, గని నిచ్చలు నొంటి నరిగి గర్వోద్రేకం
బున నొలసి మీఁ దెఱుంగక, తినియెడియాకారణంబు తెలిసినవాఁ డై. 99

గీ. పాఁడికొయ్యను నాయున్నవలను గ్రొచ్చి, పెద్దకాలంబునను గూడఁబెట్టినట్టి
ప్రోదిధన మెల్లఁ గన్గొని పుచ్చుకొనియెఁ, గఠినహృదయుఁ డై యతఁ డదిగాన నేను.

క. ధనహీనుఁ డైననాకుం, దనుశక్తియుఁ బౌరుషంబుఁ దఱిగెనకతనన్
విను మాహారముమాత్రం, బును దొరకించుటకు వెరవు పుట్టక యున్నదే. 101

వ. అయ్యతీశ్వరునిభిక్షాపాత్రం బెట్టకేలకుఁ గదల్చునన్నుం గనుంగొని యదల్చు
చూడాకర్ణుం గాంచి. 102

క. ఘనధన మంతయుఁ గైకొ, న్నను భిక్షాపాత్ర దివియ నడయాడుచు నే
నును నల్లనల్ల వెనుకకుఁ, జనఁ దొడఁగఁగ భిక్షుకుండు చతురత ననియెన్. 103

క. ధనవంతుఁడె బలవంతుఁడు, ధనవంతుఁడె యోగ్యుఁ డరయఁ దా నధికం బ
య్యును ధనహీనత నెలు కిది, తనజాతిం గూడెఁ బాపతాపము పేర్మిన్. 104

వ. అని మఱియును. 105

ఉ. భూరిదరిద్రుఁడున్ మిగుల బుద్ధివిహీనుఁడు నైనమానవున్
జేరవు మంచికార్యములు చెప్పఁగ నేటికి వాని దైనసం
సారముఁ జెప్పఁ జూపఁగ నసార మగున్ దలపోసి చూడ ని
స్సారపుమండు వేసవిని సన్నపువాహిను లింకుకై వడిన్. 106

క. కలవాఁడె చెలులు చుట్టలు, కలవాఁ డగు నతఁడు బుద్ధి గలవాఁడు నగున్
లలి నతఁడె లోకపూజ్యుఁడు, బలవంతుఁడు నతఁడె వంశపావనుఁ డెందున్. 107

క. పరదేశమె నిజదేశము, పరులే బాంధవులు ద్రవ్యపరిపాలునకున్
ధరణి నసాధ్యం బెయ్యది, పరమార్థము ధనము సూవె ప్రజలకు నెల్లన్. 108

క. కులసతి రోయును జుట్టం, బులు వాయుదు రారులు కష్టపుంబలుకుల ని
మ్ముల నాడఁదొడఁగుచుందురు, కలియుగమున ద్రవ్యహీనుఁ గలకాలంబున్. 109

క. మృతినొందినజను నైనను, హితు లెల్లను డాయుదురు మహీస్థలిలోనన్
మతిఁ దలఁపఁ బేదఁ జేరరు, బతిమాలిన నైన సఖులు బంధులు నెపుడున్. 110

ఉ. చుట్టము లేని దేశమును సూనుఁడు లేనినికేతనంబునున్
జెట్టతనంబు మూర్ఖజనచిత్తము శూన్యము లంతకంటె నే
పట్టున నెల్లవారు గనుపట్టక హీనదశం జరించుచో
నెట్టన సర్వశూన్యుఁ డని నిందితుఁ డయ్యె దరిద్రుఁ డెంతయున్. 111

చ. అమరు నిరాకులేంద్రియము లన్నియు నప్రతిమానబుద్ధియున్
బ్రమదితవాక్యపద్ధతియుఁ బాయక తొల్లిటివే మనుష్యుఁడ
ర్థముఁ జెడఁబాసె నేనియును దప్పదు మున్నిటివాఁడు నైనఁ జి
త్రము క్షణమాత్ర రూపు వికృతం బగు వానికి ఘోరభంగి నై. 112

వ. అది నిమిత్తంబుగా నే నచ్చట నుండ నొల్లక యొండొక్కచోటికిం బోదఁగా
కేమి నే నొక్కని నడుగంజాల నెట్లనిన నడిగెడువాఁడు జీవన్మృతుం డట్టివాని
తెఱంగు విను మని యిట్లనియె. 113

చ. నడువఁగఁ దొట్రుపాటొదవు నాలుక యాడదు మాటలాడఁగాఁ
దొడఁగిన నీరలుంగు వడుఁ దొల్లిటిపొంకము దొంకె దేహమున్

వడఁకు భయంబు గ్రమ్మి దురవస్థలఁ దల్లడ మందు వేఁడఁబోఁ
జెడు గగు నర్థికిన్ మరణచిహ్నము లన్నియుఁ దోఁచు నారయన్. 114

గీ. అర్థహీనుఁ డై యుండెడునంతకంటె, వహ్నిలోపలఁ దగ మేను వైచు టొప్పు
యాచకుఁడు వేఁడ నీలేనియధమలోభి, జన్మ మేటికి వానిసంసార మేల. 115

సీ. వఱలుదారిద్ర్యంబువలన సిగ్గు జనించు, సిగ్గున సత్యంబు శిథిల మవును
సత్యహీనుఁడు తిరస్కారదూషితుఁ డగుఁ, బరిభవయుక్తి నన్నరుఁడు వెగడు
వెగడినవాఁడు నెవ్వగలచే దురటిల్లు, నధికదుఃఖితుబుద్ధి యడఁగి పోవు
బుద్ధిహీనుండును బోడ వడంగును వేగఁ, బోడ వడంగినఁ గీర్తి యడఁగు ధాత్రి.

గీ. నట్లు గావున నిర్ధనుం డైనవాఁడు, బహువిధంబుల నీచెప్పఁబడినయట్టి
యాపదల కెల్ల మూలమై యార్తిఁ బొందు, నెవ్విధంబున నతఁ డెన్న నీడు గాఁడు.

వ. అని మఱియు హిరణ్యకుండు. 117

చ. పరఁగ నసత్యవాక్యములఁ బల్కుటకంటెను మౌనవృత్తి మే
లరుదుగ నన్యభామఁ గదియం జనుకంటె నపుంసకత్వవి
స్ఫురణము మేలు కొండియము పూనుటకంటెను జావు మేలగున్
బరధనకాంక్షకంటె సులభం బగుభిక్షము మేలు చూడఁగన్. 118

చ. చెడు నభిమాన మార్యునకు సేవకతంబున సాంద్రచంద్రికన్
జెడుఁ దమ మంతయున్ దెవులుచేఁ జెడుఁ జక్కఁదనంబు పాపముల్
చెడు హరిశంభుకీర్తనముచే శతసౌమ్యగుణంబు లైననున్
జెడు నెరు వేఁడఁబోవుటకుఁ జేరినయర్థికి నెల్లభంగులన్. 119

వ. కావున నొక్కరి నడిగిన వారు పెట్టుట కష్టం బగుట నెవ్విధంబున బ్రతుక నేర్తు నెవ్విధంబున మృత్యుముఖద్వారంబు దొలంగుదుఁ జిరప్రవాసియుఁ బరాన్నభోజియుఁ బరగృహవాసియు నయినమానవుండు బ్రతికియుఁ జచ్చినవానితో సమానుండగు వాఁడు జీవితుం డై యుండుటకంటె మృతుం డగుటయె మే లని విచారించియును ధనాపేక్ష నయ్యతీశ్వరుం గవియ నాగ్రహించి కదిసిన నన్నెఱింగి బృహస్ఫిగుండు కృతాంతదండంబువోనిప్రచండదండంబున నన్ను దండించిన సాభిలాషంబున సంతోషంబు లేనినన్ను నాత్మద్రోహిఁ గా నెఱింగితి నెట్లుం డేని. 120

గీ. నిత్యసంతోషవంతుఁ డై నెగడువాని, కన్నిచోటుల సంపద లానియుండుఁ
జెప్పు లిడికొన్న కాళ్ల కీక్షితితలంబు, తోలు గప్పినచందమై తోఁచునట్లు. 121

వ. అని మఱియును. 12

శా. సంతోషామృతతృప్తి నూఁదినమదిన్ శాంతాత్ము లైనట్టిని
శ్చింతుల్ గాంతురు నిత్యసౌఖ్యమహిమల్ సిద్ధంబు సాపేక్ష న
త్యంతక్లేశగతాగతభ్రమణదుర్వ్యాపారమోహాకుల
స్వాంతు ల్గానఁగ నేర రవ్విధము లేశంబున్ వృథాయాసతన్. 123

గీ. ఆశ మిగులంగఁ గల్గినయన్నరునకుఁ, గదల నూఱామడయు దవ్వు గాక యుండు
నిత్యసంతోషి యైనట్టినిర్మలునకు, ధనము చేపడ్డ నందు నాదరము లేదు. 124

వ. అట్లు గావున నర్థవంతుండును వివేకియు నయ్యె నేనియుం గాంచనరత్నసాంగత్య
సామ్యంబు సంధిల్లు లోకదృష్టాంతంబును వినంబడియుండు నెట్లం టేని. 125

ఉత్సాహ. భూతదయకు మిగులఁ గల్గుపుణ్యమున్ బ్రభూతరో
గాతురంబు గాక దేహ మమరుకంటె సౌఖ్యమున్
బ్రీతికపట మింత లేనిపేర్మికంటె స్నేహమున్
భ్రాంతి నిర్ణయించుకంటెఁ బండితత్వ మున్నదే. 126

వ. అది నిమిత్తంబు నాకుఁ బుట్టినవిచారంబుకతంబున భవదంతికంబునకుం జనుదెంచితి
ననిన విని మిత్రమందరుం డిట్లనియె. 127

క. సురనరకిన్నరపన్నగ, గరుడాసురపక్షిపశుమృగంబులు లోనై
పరఁగిన లోకత్రయమునుఁ, బరువడి నాహారముఁ గొనుఁ బగలిటిలోనన్. 128

క. కావున నాహారార్థము, కావింపఁడు నింద్య మైనకార్యము ప్రాజ్ఞుం
డీవును పరోపకార, ప్రావీణ్యము పై ప్రయాసపడు టొప్పుఁ గదా. 129

ఉ. మానవుఁ డెంత ధర్మవిధిమార్గ మెఱుంగఁగ లేనికేవల
జ్ఞానియె యేని లేదు ఫలసంపద నీతికిఁ బాసి యుద్యమ
శ్రీ నెఱయంగ లేనినరుఁ జెందినమంచిగుణంబు గల్గినన్
గానఁగ రాక పోవు మఱి కార్యము రాదు మనోవిహీనతన్. 130

గీ. అచ్చుపడ నీతిశాస్త్రంబు వచ్చెనేని, బోరి నిరుద్యోగి ఫలసిద్ధిఁ బొందలేఁడు
తెల్ల మంధుండు కరమున దీపముండె, నేని యచటిపదార్థంబుఁ గానలేఁడు. 131

వ. అని చెప్పి మఱియును. 132

సీ. ఒకవేళ దాత యాచకవృత్తిమై నుండు, యాచకుం డొకవేళ నగును దాత
యొకవేళ శాత్రవనికరంబు భంజించు, నొకవేళ నిలుగక యోడి పాఱు
నొకవేళ సంపద నుప్పొంగుఁ బైపయి, నొకవేళఁ గడు లేమి నొంది యుండు
నొకవేళఁ బుత్త్రమిత్త్రకళత్రయుతుఁ డగు, నొకవేళ నొక్కఁడు నొదిగి యుండు

గీ. హెచ్చుదగ్గులు తలఁచుగా నెల్లయెడల, నెవ్వరికి నైనఁ గలుగుచో నివ్విధమున
భాగ్యవంతుఁడు కొనసాగి బ్రతికి యుండు, ధాత్రి నదిగాన భాగ్యప్రధాన మరయ.

వ. కావున దేశకాలంబుల తెఱం గెఱుంగునది. 134

క. వనమునఁ బుట్టినశాకము, లనయము భక్షింపఁ దనకు నాఁకలి చెడదే
విను మను స్వోదరపోషణ, మున కెవ్వఁడు కష్టవృత్తి మొనసెం జెపుమా. 135

వ. అని యిట్లు హిరణ్యకు నూఱడించి యిట్లనియె. 136

సీ. అవివేకి శాస్త్రంబు లభ్యసించినయేని, నతఁడు మూఢుఁడు గాని ప్రతిభ లేదు
చదివినశాస్త్రంబు సకలార్థము నెఱింగి, యవ్విధంబును దాను నాచరించి
యడిగినవారికి నర్థంబు దెలియంగ, వివరించునతఁడు వివేకి గాన
నివ్విధంబునకును దృష్టాంత మైనయర్థంబు నొప్పంగ నుదాహరింతుఁ

గీ. చెవులు గొన్నట్టివానికిఁ దివిరి మందు, చేసి సేవింప నొసఁగక చేత నిడిన
మాన నేర్చునె రోగంబు మదిఁ దలంపఁ, జదువు పనిలేదు భాగ్యంబు చాలకున్న.

క. నెలవులు దప్పిన మిగులం, బలుచన నఖదంతకేశమానవులపనుల్
తలపోసి బుద్ధిమంతులు, దొలఁగరు తమతావు లెంతదుర్దశ నైనన్. 138

వ. అని పలికి మిత్త్రిమందరుం డవ్విధం బల్పవిచారికార్యం బార్యులతెఱంగు విను మని
యిట్లనియె. 139

చ. ఇరవుల రాయి డైనఁ దగునిక్కలు చూచుచుఁ బోయిపోయి కే
సరులు గజంబులున్ సుజనసంఘము నెమ్మది నుండుఁ జాల దు
స్తర మగుకాలము న్వొడలఁ జాలక తెంకిన యుండి డస్సి యు
ర్వర మృగకాకకాపురుషవర్గము దుర్గతి పొందు నెంతయున్. 140

సీ. ధీరుండును వివేకదీపితుండును నైన, ప్రభునకుఁ బరదేశభయము లేదు
నిజభుజవిక్రమోన్నిద్రభద్రశ్రీల, నాత్మీయులును దాను ననుభవించు
నెట్లన్న విను సింహ మే ప్రొద్దు వసియించు, నడవిఁ గా కొండొకయడవి నైన
నల్పజంతువులందు నాత్మీయపౌరుషో, ద్యుక్తికి సమకొని యుక్తి మెఱసి

గీ. కులిశసన్నిభనఖముఖాంకుశవిభిన్న, మదభరాభీలకుంభికుంభప్రకీర్ణ
మాంసరక్తానుభవమోదమానసమునఁ, బొదలుచుండును నెంతో యొప్పిదము గాఁగ.

గీ. అమర మండూకములు పల్వలమును బత్తు, లరసి కాసారమును జేర నరుగుకరణి
నధికధనములు సత్సహాయములుఁ దివిరి, ధరణి నుద్యోగిఁ బ్రాపించుఁ దమకుఁదామ.

వ. అవ్విధం బెట్టిదనిన. 143

చ. వఱపున మేను లెండఁ దమవారియెడం బెడఁబాసి జీవముం
దొఱఁగి ధరిత్రి డింది యతిదుర్దశఁ గాలము వేఁచి యుండఁగా
నుఱు వగువాన ద్రోణముల నెయ్యన నూల్కొన మున్నువోలె నే
డ్తెఱఁ గనుపట్టు భేకవితతిం గని యుత్సవ మొప్పఁ జేయఁగన్. 144

వ. అని చెప్పి వెండియు. 145

శా. ఆలస్యంబును గామినీజనరతివ్యాసక్తియున్ జన్మభూ
లోలత్వంబును రోగమున్ ఘనభయోల్లోభంబు సంతోషమున్
బోలంగా నివి యాఱు సెప్పుదు జగత్ప్రాజ్యప్రతాపోదయ
శ్రీలం జెందఁగ విఘ్నకారణములై చెల్లున్ ధరామండలిన్. 146

వ. కావున నివి యాఱుగుణంబులు పరిహరించినపురుషుం బ్రదీప్తసంపదలు ప్రాపించుఁ బ్రాప్తంబులైనసుఖదుఃఖంబులవలన మోదఖేదంబులం బొరయ కుండునది. 147

గీ. చక్రపరివర్తనమువోలె జనుల కెల్ల, సౌఖ్యదుఃఖంబు లెడనెడ సంభవించు
వానిఁ గైకొని యాత్మవిజ్ఞానమహిమ, బుధులు మోదఖేదంబులఁ బొరయ రెందు.

సీ. వర్ధితోత్సాహుఁడై వలయుకార్యములందు, దీర్ఘసూత్రుఁడు కాక తెలివి గలిగి
పనులఁ బ్రగల్భుఁడై బహుకార్యములతఱి, విసువ కేమిట నతివ్యసని గాక
మిగుల శూరుండైన మే లెఱుంగుట గల్గి,దృఢచిత్తుఁడై సమస్థిరత లోదవ
మితసత్యభాషణోన్మేషంబు సంధిల్లఁ, బుణ్యకర్మములపై బుద్ధి నిలిపి
గీ. యుండుపురుషునిగుణములనోజ తెలిసి,యింటి కెడపక తనుఁదానె యేఁగుదెంచి
సంచలింపక తాఁ బ్రతాపించి మించి, యంచితంబుగఁ గమల సేవించు నెపుడు.

క. ఉద్యోగరహితు నలసుని, నుద్యత్సాహసవిహీను నొల్లదు సిరి సం
పద్యోగుఁ గొల్వఁ జేరదు, చోద్యముగా వృద్ధుఁ దరుణి చూడవిభంగిన్. 150

వ. కావున నీవు ద్రవ్యసంపత్తి గలుగకున్నను బుద్ధిసముత్సాహంబు గలుగుటంజేసి బ్రతుకంగలవాఁడ వని పలికి వెండియు. 151

చ. ఘనుఁ డొకవేళ లేమిఁ గడుఁ గందినఁ జుల్కదనంబు గాదు హీ
ననరుని కొక్కచోటను ధనం బొడగూడిన దొడ్డవాఁడు కాఁ
డనయము హేమమాలికల నందముగాఁ గయిచేసి రేనియున్
శునకము విక్రమస్ఫురణసొంపున సింహముఁ బోల నేర్చునే. 152

సీ. శౌర్యసముత్సాహధైర్యసారంబులఁ, బురుడు చెప్పఁగ రానిపురుషవరుఁడు
జలనిధి గోష్పదస్వల్పమాత్రంబుగా, నమరాద్రి వల్మీకసమము గాఁగ

దలఁచు నహీనసత్త్వప్రతాపోజ్జ్వలు, నగరిలో నవనిధానములతోడ
సంతతసంతోషితాంతరంగంబున, శ్రీదేవి నిశ్చలస్థితి వహించు

గీ. నట్టిపుణ్యులు తఱచుగాఁ బుట్ట రవనిఁ, బుట్టిరేనియు సుజనసంపూజ్యు లగుచు
నెన్నికకు నెక్కు నూట వెయ్యింట నొకఁడు, గర్భనిర్భాగ్యు లెందఱో కలుగ నేల.

క. అమరాద్రిపాదవు పాతా, ళము లోఁతు మహాబ్ధివిరివి లఘుతరములుగాఁ
దమచిత్తంబునఁ దలఁపుదు, రమరఁగ నుద్యోగవంతు లైనమహాత్ముల్. 154

వ. అనిన హిరణ్యకుండు మిత్త్రమందరున కిట్లనియె ననఘా నీవు చెప్పినహితవచనంబు
లాకర్ణించుటం జేసి నాచిత్తంబునం గలకలంక యంతయుఁ దీఱె నని మఱియును.

మ. ధనవంతుండవు నిన్ను గర్వ మిసుమంతం జేర దిబ్భంగి నే
నను నర్థోత్కరనాశదైన్యమును మేనం జెందనీ నెప్పుడున్
మనుజుం డొక్కఁడ బాటులం బడుట సామ్రాజ్యంబు గైకొంటనుం
గనుఁడా నేర్పరిచేతికందుకము రేఖన్ బెక్కుచందంబులన్. 156

మ. ఖలసంసర్గము యౌవనాభ్యుదయమున్ గాంతాజనస్నేహమున్
జలదచ్ఛాయయు ద్రవ్యసంపదయు నైజం బల్పకాలోపభో
గ్యలసత్సౌఖ్యకరంబు లంచు నివి వేడ్కన్ మెచ్చ రార్యుల్ మదిన్
విలసత్స్థానసమాధినిర్మలగుణావిర్భూతచేతస్కులై, 157

క. అది గాన నర్థహానికి, హృదయంబునఁ దలఁక నించుకేనియు నను నిం
పొదవఁగ బోధించిననీ, సదమలవాక్యములు ననుఁ బ్రశాంతునిఁ జేసెన్. 158

వ. అనిన మిత్త్రమందరుండు హిరణ్యకున కిట్లనియె. 159

ఉ. తోడనె యర్థసంపదలతోఁ బ్రభవించినవాఁడు లేఁ డొడం
గూడినద్రవ్య మెల్ల ననుకూలముగా శతహాయనంబులన్
వేడుక లారఁగా ననుభవించినవాఁడును లేఁడు గాన నే
నోడను బూర్వసంచితము యోగ్యమె నాకును నెల్లవారికిన్. 160

ఉ. దానముకంటె వేఱొకనిధానము లేదు ముదంబుకంటె నిం
పైనధనంబు లేదు కొనియాడెడుశీలముకంటె భూషణం
బేనియు లే దరోగమున నింపగుదేహముకంటె లాభమున్
గానఁగ నెందు లే దనఘ గౌరవబుద్ధిఁ దలంచి చూచినన్. 161

క. పెక్కులు పలుకం బని లే. దెక్కడికిం బోవ వలవ దేనును నీవున్
దక్కక కూడుక యుండుద, మిక్కడ నతిసౌఖ్యవృత్తి నింపెసలారన్. 162

వ. అనిన హిరణ్యకుం డిట్లనియె. 163

గీ. మిత్త్రమందర నీసుచరిత్రమహిమ, మఖిలజనులకుఁ గొనియాడ నాస్పదంబు
గాన నాకును సంతోషకరము గాదె, నిన్నుఁ గనుగొన్న నాభాగ్య మెన్న నేల.

ఉ. ఉన్నతుఁ డైనమానవున కొక్కయెడన్ గడుఁ గీడు వొందినన్
సన్నపువాఁడు దీర్పుటకు శక్తుఁడె యంతటివాఁడు వాఁడు గా
కన్నను బంకమగ్న మగునట్టిగజేంద్రుని నెత్త నేనఁగల్
పన్నగ సూపుఁ గాక మృగపంక్తులు హీనము లంత కోపునే. 165

ఉ. దేవబలాఢ్యుఁ డైనతఁడు ధీరమతుల్ గొనియాడ నొక్కచో
దైవిక మైనకీడు దనుఁ దాఁకిన నోర్చి సమస్తకార్యసం
భావితబుద్ధియైఁ బ్రకృతిబాంధవు లాపదఁ బొంది వచ్చినన్
జేవ దలిర్ప వారలకుఁ జెందినదుఃఖము మాన్పు నెయ్యుఁడై. 166

చ. పరువడి నెల్లవాఁడు బుధబాంధవకోటి నుతింప నుండువాఁ
డరుదుగఁ దన్నుఁ జేరుశరణార్థుల నర్థులఁ జింతితార్థసం
భరితులఁ జేయువాఁడు కులపావనుఁడై పెనుపొందువాఁడు పూ
పురుషవరేణ్యుఁ డాయమరపూజ్యుఁడు కారణజన్ముఁ డీమహిన్. 167

వ. అని మఱియును. 168

ఉ. మారుతముల్ వనంబులను మానుగ షట్పదపంక్తి పువ్వులన్
వారివిహారిచారుకలహంసము లంబులఁ బక్షు లంబరా
ధారము గోరినట్లు ప్రమదంబుగ నేనును నిన్నుఁ జూడఁగాఁ
గారణ మాటఁజేసి ఫలకాంక్షులఁ జేరితి మివ్విధంబునన్. 169

వ. అని యిట్లు మిత్త్రమందరలఘుపతనహిరణ్యకులు తమలోపల సంభాషణంబులఁ బ్రొద్దుపుచ్చుసమయంబున. 170

క. సారంగ మొకటి మృగయుని, బారిం బొరిఁ దప్పి బెదరి భయవిహ్వలతన్
గూరి పఱతెంచినంతటఁ, జేరువఁ బొడగాంచి వారు చిడిముడిపడుచున్. 171

వ. మిత్త్రమందరలఘుపతనహిరణ్యకులు మృగంబు తీవ్రగమనంబు చూచి వెఱచుచుఁ గనికనింబఱచి రందు లఘుపతనుం డచ్చేరువ నొక్కమహీరుహం బెక్కి భయంబు దక్కి నిక్కిచూచి యామృగంబుపజ్జఁ దక్కినక్రూరమృగవ్యాధబాధలు లేకుండ నిరీక్షించి మిత్త్రమందరహిరణ్యకులం జేర్కొని వెఱవక రం డని పిలిచిన నయ్యిరువురు వృత్తంబుపొంతకుం జనుదెంచి నితాంతభయభ్రాంతుండును గంపితశరీరుండును నగుచిత్రాంగదుం డనుమృగసత్తము నాలోకించి వారలలో మిత్త్రమందరుం డమందానందకందళితహృదయారవిందుం డగుచు నామృగంబున కిట్లనియె. 172

ఉ. ఎచ్చటినుండి వచ్చి తిది యేమి మృగోత్తమ నీమదిన్ భయం
బచ్చుపడంగ నున్నయది యవ్వల నెంతటికార్య మయ్యె నీ
వచ్చుట పెద్ద లెల్ల నిట వచ్చుట గావున నన్నపానముల్
పుచ్చుక మానివాసమునఁ బొంది వనంబు నలంకరింపవే. 173

వ. అనిన విని చిత్రాంగుం డిట్లనియె. 174

గీ. వెంట విడువక లుబ్ధకవీరుఁ డొకఁడు, సారెకును వచ్చి నామీఁదఁ జలముకొన్న
నచట నుండక వచ్చితి నిచట మీకు, విందనై యన్న నామిత్రమింపనుండు. 175

క. మాకంటె నీకుఁ జుట్టము, లీకాననమందుఁ గలుగ రిది నీయిలు గాఁ
గైకొని నిలువుము నీ వనఁ, జేకొని బహుకాల మధివసించినపిదపన్. 176

ఉ. అంగద నొక్కనాఁడు ప్రియ మారఁగ మేఁతకు దూర మేఁగి చి
త్రాంగుఁడు రాక చిక్కుటయు నర్మిలి నిద్దఱుఁ జింత నొంద న
య్యింగిత మాత్మలో నెఱిఁగి యేపున వాయస మేఁగి కాంచె క్షీ
ణాంగుని వాగురీనియమితాంఘ్రిని నాహరిణేంద్రు నొక్కచోన్. 177

క. కని లఘుపతనుఁడు డగ్గఱి, మునుకొని కన్నీరు దొరుఁగ మోహభ్రాంతిన్
దనమేను దుఃఖవహ్నిన్, గనలఁగ నిట్లనియెఁ బరమకారుణ్యమునన్. 178

ఉ. ఒక్కని వేఁడఁ బోవు మఱియొక్కనిచేటున కియ్యకోవు వే
రొక్కనిసొమ్ము కాసపడ నొల్లవు మాలవిధాత నిర్దయుం
డక్కట నీరునుం దృణము నాని మహోగ్రవనాంతరంబునన్
మ్రొక్కుడునీకు నిట్టియవమానము మానము దప్పఁ జేసెనే. 179

వ. అని మఱియు ననేకప్రకారంబుల నమ్మృగంబు నుద్దేశించి వగచుచు వాయసపతి
వెండియు నిట్లనియె, 180

క. ఈవంక కేల వచ్చితి, వేవెరవునఁ దగులు వడితి వింకిట మనకున్
గావలయుకర్జ మెయ్యది, నావుడు నాతనికి హరిణనాథుం డనియెన్. 181

గీ. అనఘ వేఁటకాని కగపడ్డనుఁ గావ, నీకుఁ గడిఁది వాఁడు రాకమున్న
చని హిరణ్యకునకు సకలంబు నెఱిఁగించి, తోడుకొని రమ్ము పలుకు లుడిగి వేగ.

వ. అనినం గానిమ్మని లఘుపతనుం డుడువీథి కెగసి యతిత్వరితగతిం జని మిత్రమందిర
హిరణ్యకులకుఁ జిత్రాంగుం డురిఁ బడుట తేటపడం జెప్పి హిరణ్యకుం దోడ్కొని
పోయినం జిత్రాంగునిం జూచి హిరణ్యకుం డిట్లనియె. 183

క. మతిమంతుఁ డైననీ వి, ట్లితరునిక్రియఁ దగులువడితి వీదుర్దశకుం
గత మేమి యనిన నాతం, డతనికి నిట్లనియెఁ జంచలాత్ముం డగుచున్, 184

క. మాటాడఁ దగదు మన మి, చ్చోటను లుబ్ధకుఁడు వచ్చి చూడకము న్నీ
పాటం దగిలినయురుల, న్నీటిం బుచ్చంగఁ దగు ననింద్యచరిత్రా. 185

వ. అనుటయు హిరణ్యకుండు. 186

గీ. నీకు శుభము గోరి నీసమీపమునకు, వచ్చినాఁడఁ గాన వలదు భయము
చెప్పు మన్న నపుడు చిత్రాంగుఁ డిట్లను, నాహిరణ్యకునకు నర్థితోడ. 187

క. మును మోసపోయి యప్పుడు, కనుగానక తగులువడితిఁ గడవఁగఁ వశమే
మనుజుండు దైవకృతముల, ననుటయు నది యెట్టి దనిన నాతని కనియెన్. 188

ఉ. ఎంతటివారి కైన మహి నింతటివార మనంగ రాదు సూ
కింతటిబుద్ధిమంతులకు నింత లవస్థ లనంగ రాదు జ
న్మాంతరకర్మవాసనలయందు శుభాశుభముల్ గ్రహంబులన్
వింతలె బుద్ధిమంతులు వివేకమునం బరికించి చూచినన్. 189

వ. కావున నిందులకుం జింత వలవ దాకర్ణింపుము. 190

సీ. తలిగర్భమున నాఱునెల లైన నుదయించి, యొకనాఁడు మూఁకయై యున్న యట్టి
చుట్టపుజాతిలో నిట్టలం బగువేడ్క నుల్లాస మెసఁగ నే నున్నవేళ
నచటికి వేఁటకాఁ డరుగుదెంచినఁ జూచి, బెదరి మావా రెల్లఁ జెదరుటయును
గొండికవాఁడనై కూడి పాఱకున్నట్టి, జనసత్త్వములు నాకుఁ జాల కున్న

గీ. ముట్టఁ బఱతెంచి ననుగూడ ముట్టి పట్టి, పెట్టెవంబుగ నాకేలు చుట్టికట్టి
పట్టి కృప పుట్టి చంపక వాఁడు నన్నుఁ, జూచి తను నేలుభూపాలసుతున కిచ్చె.

ఉ. ఇచ్చిన నన్నుఁ బుచ్చుకొని యెంతయు వేడుక నుల్లసిల్ల నా
కిచ్చగు మేపు నీరు ప్రియ మేర్పడఁ గట్టడ చేసి గారవం
బచ్చుపడంగ నంతిపురమంగనలున్ బరివారముం గడున్
మచ్చికఁ బుత్త్రిభావమున మన్ననఁ బెంపఁగ వృద్ధిఁ బొందితిన్. 192

వ. ఇవ్విధంబునఁ బెద్దకాలం బుండి యొక్కనాఁ డక్కుమారుండు పవ్వళించినగృహంబున కనతిదూరంబునఁ గట్టెదుర నేను విశ్రమార్థి నై శయనించి యున్న సమయంబున నతినిబిడనీలవలాహకస్ఫారాంధకారప్రద్యోతమానవిద్యుల్లతావితానంబును వాతవిధూతవర్ష జలబిందుసందోహవిజృంభితగర్జాడంబరంబును నైననిశాసమయంబు నాకుఁ బరితోషంబుఁ జేయ నట్టిసంతోషపారవశ్యంబునం గెలను పరికింప నెఱుంగక మనుష్యభాషణంబుల నెలుం గెత్తి యిట్లంటి. 193

గీ. చినుకుతోఁ గూడికొని గాలి చెలఁగఁ జూచి, దాఁటు గట్టుచు మృగములు దాఁటుచుండ
వెఱను మావారి వెనుక నేఁ బఱచునట్టి, భాగ్యసంపద యెన్నఁ డేర్పడునొ నాకు.

సీ. అనుచున్న సమయంబునందు నంతకమున్న, యాచమనార్థమై యరుగుదెంచి
భూపాలసుతుఁడు సమీపస్థుఁడై యుండి, పోల నవ్వాక్యంబు లాలకించి
దిక్కులు పరికించి యెక్కడ నెవ్వారు, మెలఁగుచందము లేమి తెలిసి యప్పు
డీమృగంబునఁ బుట్టె నిట్టియుత్పాతంబు లోడల మహాభూత ముండెఁ బోలు
గీ. ననుచు భ్రమనొంది తా మూర్ఛమునిఁగి యుండ, నతనిజనకుండు తెలవాఱవరుగుదెంచి
కారణం బేమి యని పెద్దవారి నడుగ, నందు దైవజ్ఞుఁ డిట్లనె నతనితోడ. 195

గీ. జంతుపరిభాష దమలోన జరుగుచుండుఁ, గాని మానుషభాషాక్రమము వినదు
కారణము దీని కేమైనఁ గలుగ నోపుఁ, గలుగఁ గాకేమి మీకింక వలదు భయము.

క. అని యతనిదేహ మెల్లను, దనకరముల నిమిరి బహువిధంబుల మంత్రిం
చినఁ బూర్వభంగి నృపసుతుఁ, డనయము బడలికలు తీఱి యిరిగినపిదపన్.

వ. అమ్మహీశ్వరుండు నన్నుఁ జుఱచుఱఁ జూచి తనకింకరుల కిట్లనియె. 198

క. అఱుజాతిజంతు విచ్చట, వెఱపించుచు నుండవలదు విపినంబునకున్
దఱుముఁ డని ముదల వెట్టిన, నఱిముఱి ననుచరులు వెనల నడిచిరి నన్నున్. 199

క. నాఁ డట్లు వడిలి నమ్మెయి, నేఁ డీ ట్లురిబాఱిఁ బడితి నీచపువిధి నె
వ్వాఁడైన గెలువఁ గలఁడే, పోఁడిమి గలనీతిమార్గమున నేభంగిన్. 200

వ. అని యిట్లు చిత్రాంగుండు పలుకునంత నచ్చట మిత్రమందరుం డాత్మగతంబున లఘుపతనహిరణ్యకు లరిగి తడ వయ్యె నక్కారణంబు దెలియునంతకు నే నెట్లు గుండియ పట్టి యుండ నేర్తు నని యప్పుడ కదలి హిరణ్యకుండు చనినజాడం దడ య కయ్యేడకుం బోయిన హిరణ్యకుం డిట్లనియె. 201

గీ. మిత్రమందర నీవు మామీఁదిభక్తి, నిచటి కేతెంచు టిది మాకు హితము గాదు
వేటకాఁ డిప్డు చేతెంచువేళ యయ్యె, వాని కగపడ కేము పోవంగఁగలము. 202

క. ఉదకంబులోన నైనన్, గొదగొని పాఱంగఁ గలవు కుంభినిమీఁదన్
గదలంగ నేర వడిగెడు, నది గావున నీవు వచ్చు టనుచిత మెందున్. 203

వ. అనుటయు మిత్రమందరుం డతని కిట్లనియె. 204

క. మతిమంతుఁడు గుణవంతుఁడు, హితుఁడును నైనట్టిసఖుని నెవ్వరుఁ బాయన్
ధృతి నిలుపలేరు పాసియు, నతఁ డొకచోఁ గాలు వొంద కలఁతం బొందన్. 205

వ. అని మఱియును. 206

చ. సురుచిరనిర్మలాత్ముఁ డగుచుట్టమునందును శీలవృత్తివేర
పరు దగుసాధ్వియందును బ్రయాస మొఱంగినపుత్త్రునందునున్
బురుషుఁడు దుఃఖ మంతయును బోవఁగఁ ద్రోచి యచింతతో నిరం
తరసుఖసంగతిన్ మెఱయుఁ దా మనుచుండెడునంతకాలమున్. 207

వ. అని పలుకుచున్న యవసరంబున. 208

క. యమదూతవోలె నచటికి, సమదగతిన్ వేటకాఁడు చనుదేరంగాఁ
దెమలక హిరణ్యకుం డురిఁ, దుమురుగఁ దెగఁ గొఱికి బొక్కఁ దూఱం బోయెన్.

క. చిత్రాంగుఁ డుఱికి పఱచెన్, జిత్రత లఘుపతనుఁ డెగసె శీఘ్రతఁ జంచ
ద్గాత్రస్థూలతఁ గదలెడు, మాత్రంబున బోయ మిత్త్రిమందరుఁ గనియెన్. 210

క. కని దానిఁ బట్టి త్రాటం, గొని యనువునఁ గట్టి వింటికొప్పునఁ దగిలిం
చి నిజమనోరథభంగం, బున కాత్మం దలరి వాఁడు బుద్ధిం దలఁచెన్. 211

క. వలఁ జిక్కక చనె మృగ మ, వ్వలఁ జిక్కను దాసరయ్య వలవనిజాలిం
దలరంగ నేల నేఁడీ, కొలఁదియె కూరయ్యె ననుచుఁ గొనిపోవుతఱిన్. 212

క. మృగమును గాకము నెలుకయుఁ, దెగపడి కచ్ఛపముపోక తేటపడిన నె
వ్వగలం బొగిలెడువానికి, మొగి తప్పక కార్య మెఱిఁగి మూషిక మనియెన్. 213

క. వగ పథికరోగమూలము, వగపునఁ గార్యంబు వచ్చువల నెఱుఁగం డి
మ్మగ వగ పనర్థమూలము, వగపున శాత్రవభయంబు వచ్చుక్ నొచ్చుక్. 214

క. కడ లేనిదుఃఖవార్ధిం. గడచితిఁ దొల్లియును నేఁడుఁ గడతము గాకి
ప్పుడు దైవ మేల మనలన్, జెడఁ జూచును దీని కేల చింతం బొందన్. 215

క. తగుమిత్త్రుఁడు భాగ్యాధికుఁ, డగువానికిఁ గాని దొరకఁ డాపద యైనన్
దిగ విడువక రక్షించును, సుగుణాఢ్యుం డుత్తముండు చుట్టం బైనన్. 216

గీ. తల్లియందును దనుఁ గన్నతండ్రియందు, నాలియందును సుతసోదరాలియందు
నెంతసంతోష మగు నగు నంతకంటె, మేలిసౌఖ్యంబు నరునకు మిత్త్రునందు. 217

చ. తమతమకర్మవాసనలఁ దాఁకు శుభాశుభకర్మజాలముల్
క్రమమున మర్త్యకోటి కటు గాన విపద్దశ లెల్లఁ బెక్కుజ
న్మములవి గూడి తన్ను నలముంబడి యిప్పటిపుట్టువందు దై
వము ప్రతికూల మైన వగవం బనిలేదు వివేకహీనతన్. 218

గీ. కడఁగి దేహి నపాయంబు గాచి యుండుఁ,గదియుకూటమిఁ బాయుట గాచి యుండుఁ
గలిమిఁ జెడబాప లేమియుఁ గాచియుండు, నస్థిరం బది సంసార మనుట నిజము.

ఉ. ఆరయ నాయుధక్షతమునందున మేనికిఁ బాటు గల్గు నా
హారము లేక యున్న నుదరాగ్ని శరీరము నేర్చు నాపదం
గూరిన వైరమున్ దలఁ చగుక్ దమలో నొకసందు గల్గినన్
జేరు ననర్థకోటి నిరసించినఁ బో వవి దేహధారికిన్. 220

ఉ. భీకరశస్త్రవస్ఫురదభేద్యభయంబును దీవ్రదుఃఖమున్
వే కడతేర్పఁ జాలుటకు నేర్చి ముదంబున కాలవాలమై
చేకొని కాచు నాత్మసఖు సిద్ధము మిత్త్రిసమాఖ్యరత్న మన్
శ్రీకరవర్ణయుగ్మము సృజించినయున్నతపుణ్యుఁ డెవ్వఁడో. 221

వ. అని యిట్లు తనప్రాణసఖుం డైనమిత్త్రిమందరుండు దగులువడి పోవుటకుఁ బరితాపాంతఃకరణుం డగుచు హిరణ్యకుండు చిత్రాంగలఘుపతనుల నాలోకించి యిట్లనియె. 222

క. వడి నడవి గడచి లుబ్ధకుఁ డెడదవ్వుగఁ జనియె నేని నెంతటివారున్
విడిపింపలేరు మనసఖుఁ, దడయక దీనికిఁ బ్రచింత దలఁపఁగవలదే. 228

వ. అనినఁ జిత్రాంగలఘుపతను లాహిరణ్యకున కిట్లనిరి. 224

ఉ. ముట్టినయాపదన్ భయము ముంచి మనంబుఁ గలంపఁ గార్యసం
ఘట్టన గానలేక చెలికానిఁ దలంచుచు దుఃఖవార్ధిలోఁ
దొట్టుచుఁ బొక్కుచుండ మతి తోఁపవు మీఁదటియుక్త లేమియున్
జుట్టమ వైననీశరణు చొచ్చితి మెయ్యది బుద్ధి చెప్పవే. 225

క. పొడవును జక్కఁదనంబును, గడువల మైనట్టియొడలు గలిగియుఁ గలవే
జడబుద్ధి యయ్యె నేనియుఁ, బుడుకకుఁ గొఱగాదు వానిపుట్టు వదేలా. 226

క. మాకందఱకు నశక్యం, బై కానంబడినబుద్ధి నధికుఁ డవగుటన్
నీ కింతప్రియము చెప్పెద, మేకార్యము చేయువార మెఱిఁగింపు దయన్. 227

వ. అని ప్రార్థించిన హిరణ్యకుండు నాకుం జేయ నవశ్యకర్తవ్యం బైనకార్యంబునకు మీ రింతప్రియంబు చెప్ప నేల యని పలికి యొక్కింత చింతించి నిశ్చితకార్యుం డగుచుఁ జిత్రాంగలఘుపతనులం జూచి మీరు వేఁటకానికిఁ దలకడచి పోవువా రనియును బోయి చేయంగలయుపాయం బిద్ది యనియును దానును నింతనంతఁ జని కూడ ముట్టి పట్టినపని తుదముట్టఁ జేయువాఁడ ననియునుం గఱపి పంచిన నయ్యిరువురుం జని రవ్విధం బెట్టిదనిన. 228

చ. మెఱసి మహాజవంబునను మేఘపథంబునఁ బాఱె వాయసం
బెఱుఁగక యుండఁ బల్లమున నీఱముచాటునఁ బోయె నమ్మృగం
బఱిముఱి నింతనంతఁ గదియం జనుదెంచెను మూషికంబు నే
ర్తెఱ మిగులంగ నయ్యెఱుకఁ దెంపుమెయిం గెలువం దలంచుచున్. 229

క. త్వరితముగ వేఁటకానికి, సరిగఁ గడచి మృగంబు వాయసంబును దూరం
బరుగుచున్న వాఁడు పోయెడు, తెరువున నొకమడుగుదరి నతిస్థిరబుద్ధిన్. 230

గీ. లోఁతు లేనినీటిలోను జిత్రాంగుండు, సొఁగబడుచుఁ గాళ్లఁ జాఁచికొనుచుఁ
గన్ను లమర మూసి కనకుఁడఁ జచ్చిన, వాఁడువోలె నుండె వాయసమును. 231

క. తల యెత్తి చంచుపుటమునఁ, బలుమాఱును బొడిచి తినెడిభావము దోఁపన్
దలకొనునంతట రెంటెన్, దళుకొత్తెడు వేడ్క నెలుకు దవ్వులఁ గాంచెన్. 232

గీ. కాంచి మేను వెంచి కడు నాత్మ హర్షించి, కమఠయుక్తమైనకార్ముకంబు
వెడఁగుబుద్ధితోడఁ గడు దవ్వునను బెట్టి, యతఁడు మృగముఁ జేరునవసరమున. 233

క. కను గలిగి యింత నంతం, జనుదెంచి హిరణ్యకుండు సంతస మెసఁగన్
దనమిత్త్రి మిత్త్రిపుందరు, తనుబంధం బపుడు గొఱికెఁ దక్షణ మాత్రన్. 234

క. వడివడి జలమధ్యమునకుఁ, గడువేగం గమఠ మేఁగె గ్రక్కున బొక్కన్
బడె నెలుక వానిఁ బొడగని, వడిఁ గాకము నెగసె మృగముఁ బాఱెన్ దవులన్.

గీ. ఆస గొలిపి పోయె నక్కట నన్ను నీ, చెనఁటిమృగ మటంచు సిగ్గువడుచుఁ
దిరిగి చూచె నపుడు ద్రెంచుక పోయిన, కచ్ఛపంబు లేనికార్ముకంబు. 236

క. అందుకొని వెచ్చ నూర్చుచు, మందిరమున కూర కేట్లు మగలుదు ననుచున్
మందప్రయాణమునఁ దన, సుందరి యేమనునో యనుచు గ్రుస్సుచుఁ జనియెన్. 237

వ. ఇవ్విధంబున లుబ్ధకుండు విఫలమనోరథుండై కడు దూరంబు వోవుట నిరీక్షించి లఘుపతనుండు తోడిమువ్వురం గూర్చుకొని నిజనివాసంబునకుం జనుదెంచి పూర్వప్రకారంబున నన్యోన్యమిత్త్రిభావంబునఁ జిగతరసౌఖ్యంబులం బ్రవర్తిల్లి రనిన. 238

ఉ. గండధనంజయాంక బలగర్విత వైరిమదాంధకారమా
ర్తాండ కుమారమన్మథ బుధప్రకరామరభూజ వైభవా
ఖండల విద్విపత్కమలగంధగజేంద్ర విరోధివాహినీ
మండలదావపావక సమజ్జనరక్షణ దుష్టశిక్షణా. 239

వనమ. మన్నెకులభార్గవ కుమారమకరాంకా, సన్నుత మహోగ్రపటుసంగరజయాంకా
కిన్నరనరప్రకరగీతసితకీర్తీ, పన్నగవరాభరణభక్తియుతమూర్తీ. 240

తోదక. దానధనాధిప ధర్మపరాత్మా, మానసుబోధన మంత్రివిచారా
భానుతకీర్తి విభూషితదేహా, భానుసమానవిభాసితదేహా. 241

గద్యము. ఇది శ్రీమైత్రావరుణగోత్రపవిత్రబ్రహ్మనామాత్యపుత్త్రిసుకవిజనవిధేయ
నారాయణనామధేయప్రణీతం బైనపంచతంత్రం బనుమహాకావ్యంబు
నందు సుహృల్లాభం బనునది ద్వితీయాశ్వాసము.

పంచతంత్రము.

సంధివిగ్రహము.

క. శ్రీపతిదృషపదయుగళ, స్థాపితహృత్కమల సకలజలనిధిమధ్య
ద్వీపయుతరత్నగర్భా, ప్రాపితదక్షిణభుజాగ్ర బసవాధీశా. 1

వ. ఏకాగ్రచిత్తుండవై తత్కథాసుధారసంబు వీనులం గ్రోల నవధరింపుము. సుదర్శన క్షితీశ్వరనందనులు విష్ణుశర్మకుం బ్రణమిల్లి యనఘా మీవలన మిత్త్రభేద సుహృల్లాభంబుల తెఱంగులు తేటపడ వింటి మటమీఁదఁ దృతీయం బగుసంధివిగ్రహం బెఱింగింపు మనిన నతం డిట్లనియె. 2

చ. అలఘువిరోధి కార్యమునకై కడుచుట్టరికంబు చేసినన్
వలవదు నమ్మ నమ్మిన నవశ్యము నెగ్గొనరించు నిశ్చయం
బొలసి దివాంధకోటి గుహ నుండఁగ వాకిట నింగలంబుఁ గా
కులు దగిలించి యన్నిటిని గుత్సితభంగి వధించెఁ జూడుఁడీ. 3

వ. అనినఁ దత్కథాక్రమం బెట్టి దని నృపకుమారు లడిగిన విష్ణుశర్మ యిట్లనియె. 4

ఉ. మెండగుశాఖలన్ ధరయు మిన్నును దిక్కులు నాక్రమించి మా
ర్తండమరీచిజాలములఁ దార్కొననీయనియాకుజొంపముల్
నిండి మహాండజంబులకు నిల్కడగా నొకకానలోన బ్ర
హ్మాండము ముట్టి యొక్కవట మద్భుతమై పెనుపొందు నెంతయున్. 5

గీ. అనుదినంబును దనచల్లఁదనముచేత, జలద మెభ్భంగి సకలజీవులను బ్రోచుఁ
దాను నాచందమున జంతుతతి భరించుఁ, గారవము కిమ్మగా నామహీరుహంబు. 6

ఉ. ఆమహనీయభూరుహమునం దనిశంబు ననేకబాంధవ
స్తోమము దన్నుఁ గౌతుకముతోఁ గొలువంగను మేఘవర్ణుఁ డన్
నామము దాల్చి ప్రాభవమునం బెనుపొంది వసించు వాయస
స్వామి విపక్షపక్షికులసంహరణప్రవణాంతరంగుఁడై. 7

వ. ఇట్లు వాయసనివాసం బైనయవ్వటమహీరుహంబున కనతిదూరంబున. 8

ఉ. వేఱొకవంకఁ గొండగుహ వేశ్మముఁ గాఁగ నులూకభర్త దక్
మీఱినయట్టిమంత్రులగమిం గలవాఁ డుపమర్దనాముఁ డా

యీఱమునందు రేలు దమయిచ్ఛల మేసి దివంబు లాగుహన్
దూఱి వసించుచుండి యొకదుష్టత యాత్మకు నింపు పెంపఁగన్. 9

వ. అతం డొక్కనాఁటినిశాసమయంబునఁ దనకుం గలమంత్రులం బిలిచి వారలతో
నిట్లనియె. 10

క. మహిఁ గాకులకును మనకును, సహజం బగువైర మగుటఁ జంపఁగఁ దగు నా
గ్రహ మధిక మెపుడు నాకుం, బ్రహరింతు నిశాంధవృత్తిఁ బరఁగెడువానిన్. 11

క. మీరును మీమీసేనలఁ, దోఁగముగాఁ గూర్చుకొనుచుఁ దోడ్తెం డనినన్
వా రట్ల సేయ ఘూకము, లా రాత్రిరి నడుచుచుండి యన్నియుఁ దమలోన్. 12

లయగ్రాహి.

రండు వెస దండు వెడలుం డొకఁడు నుండకనియొండొరులఁజీరుచును మెండుకొనిదిక్కుల్
నిండుకొని ఘూకము లఖండగతిఁ గూడుకొని దండధరకింకరులతండములమాడ్కిన్
జండతరతీక్ష్ణఘనతుండహతిఁ గాకములపిండుపయి గిట్టి కడిఖండలుగ మోఁదన్
గొండికలు పెద్ద లనకుండ నవి యన్నియును భండనపువేళఁ బడి యుండవలె నంచున్.

క. చెలఁగుచును దివాభీతం, బులు వడి నిబ్బంగి నడవఁ బొడగని విభుఁ డ
బ్బలములతో నీరీతిని, వలనుగఁ గదనమున నుండవలయుం జుండీ. 14

సీ. అనుచు నయ్యుపమర్దుఁ డర్ధరాత్రపువేళఁ, గదలుచుఁ గలయులూకములఁ గూర్చి
కొని మంత్రులను దాను గొదగొని పఱతెంచి, యరికట్టుకొని మఱ్ఱితిరుగువాఱఁ
గావలి పదిలంబుగా నసంఖ్యల నిల్పి, తాను గొన్నింటితో లోను జొచ్చి
యధికనిద్రాసక్తి నంది మే నెఱుఁగక, కాకంబు లున్నట్టికందు వెఱేఁగి

గీ. యుఱికి కొన్నిటికంఠముల్ నఱికివైచి, యేచి కొన్నిటివక్షంబు లూచివైచి
కదిసి కొన్నిటిపార్శ్వముల్ చదిపివైచి, గ్రుచ్చి కొన్నిటికడుపులు వ్రచ్చివైచి. 15

వ. మఱియు ననేకప్రకారంబుల నయ్యులూకంబులు కాకంబులకు మహాప్రళయం బాపా
దించి మున్నత్యంతకోలాహలబహుళం బైనవటగర్భంబు నిశ్శబ్దం బై యున్నం గనుం
గొని పగర ననవశేషంబుగా సంహరించితి మని సంతసిల్లి తమయంతవట్టునుం గూడు
కొని యులూకంబులు నిజనివాసంబునకుం జనియెఁ దదనంతరంబ. 16

గీ. అట్టియుత్పాతకాలంబునందు మేఘ, వర్ణుఁ డొకతొఱ్ఱఁ దనమేను వైచి యుండఁ
దెల్లవాఱంగ నాత్మీయు లెల్లఁ బడుట, కాత్మఁ దలపోసి చింతించునవసరమున.

క. అతనికిఁ గులక్రమాగత, మతియుతు లగుమంత్రివరులు మాన్యులు గల ర
ద్భుతచరితు లేవు రప్పటి, గతికిం బ్రాణములతోడఁ గడచినవారల్. 18

వ. వారలెవ్వ రంటేని యుద్దీపియు సందీపియు నాదీపియుఁ బ్రోద్దీపియుఁ జిరంజీవియు ననువారామంత్రివరులు కదిసిన నాలోకించి దీనాననుం డగుచు మేఘవర్ణుం డిట్లనియె. 19

గీ. ఏను లేనిమీర లెందును గొఱగారు, మీరు లేని నేను మృతునియట్ల
కాన నేను మీరుఁ గలిగితి మీవేళ, భాగ్యమహిమఁ బగరబారిఁ బడక. 20

క. మీబుద్ధిబలముప్రాపున, నాబాహుపరాక్రమమున నడఁచితిమి తుదిన్
గూబలచే నిక్లైతిమి, ద్రాబలమై మీఁదికార్యతంత్రము చెపుఁడీ. 21

వ. అనిన మేఘవర్ణునకు సుద్దీపి యనునమాత్యుం డిట్లనియె. 22

సీ. బలవద్విరోధికిఁ దొలఁగి యవ్వలనుండు, బలవంతుతోఁ గూడి నిలుచుటొండె
స్థల ముజ్జగించి యసాధ్యమార్గంబున, నొండుచో నవ్వల నుండుటొండెఁ
గాక దూరంబుగా గడిభూములకుఁ బోయి, యుడుకారి యచ్చట నుండుటొండెఁ
గార్యంబు లని నాకుఁ గానవచ్చినభంగిఁ, జెప్పితి నింక నీచిత్తమనిన
గీ. నతనిపలుకులు విన్నవాఁడై యతండు, వరుస సందీపి యనియెడివానిఁ జూచి
నీతలం పెట్టి దన్నను నెమ్మి నతఁడు, వినయశీలుఁడై మేఘవర్ణునకు ననియె. 23

గీ. తొల్లుత సుద్దీపి దేవరతోడ నిపుడు, సరవిఁ జెప్పినమూఁడుపక్షములు నమరు
నందు విడు ముత్తమంబును నదియు మిగుల, వేగపడిపోవుకార్యంబు వెరవు గాదు.

క. తనయున్నచోట నుండఁగ, ననుకూలతఁ గార్యసిద్ధు లగుఁ దగినక్రియన్
విను మేఁకపాదుగుచన్నుల, జనితం బగుపాలు గళముచన్నులఁ గలవే. 25

చ. నెలవున నప్రమత్తమతి నిల్చినరాజు జయంబు చేకొనున్
వల దనుమాన మేమియును శ్వానము పెంచినయింట నుండ న
వ్వలనికి నెందఱే నరుగ వారల నందఱ మాటమాత్రలో
గెలుచు నసాధ్య మెద్ది పరికింపఁగ స్థానబలంబు పెంపునన్. 26

గీ. కాన నెలవు విడువఁగా రాదు విడువక, పోక యున్న రాకపోక యైన
దేశకాలబలము దెలియుచుండినఁ గార్య, సిద్ధి నిజము వేయుఁ జెప్ప నేల. 27

వ. అనుటయు. 28

క. విని యాదీపిం గనుఁగొని, యనుకూలం బైనకార్య మడుగుటయును నా
మనమునఁ దోఁచినయర్థము, వినిపించెద ననుచు నాత్మవిభునకు ననియెన్. 29

చ. అతిబలవంతుఁ డైన వినయంబున వారలతోడి మైత్రి సం
తతమును నిశ్చలం బగుమనంబునఁ జేసి నిజప్రదేశసం

గతుఁ డయి పొల్చు టొప్పు నది గాదని యొండొక దేశ మేఁగినన్
ధృతిమెయిఁ బోరిన న్విసుము ధీయుత నొచ్చు నతండు సేరమిన్. 30

క. అటు గాన నధికబలములఁ, దటుకున మన మిచటఁ గూర్చి తగుసంధియ సం
ఘటితముగఁ జేసికొని యీ, వటదుర్గమునందు నిలువవలయుం జూడన్.. 31

వ. అని చెప్పుటయును. 32

క. అమ్మాటలు వెడయూఁకొని, క్రమ్మఱఁ బ్రోద్దీపివంకఁ గనుఁగొని తగ నీ
నెమ్మనమునఁ గలకార్యము, సమ్మతితోఁ జెప్పుమా నిజంబుగ ననన్. 33

వ. అతం డవ్వాయసపతి కిట్లనియె. 34

గీ. రాత్రిగాని కానరా దులూకములకుఁ, బగలుగాని కానఁబడదు మనకు
రాయబారి సంధిచేయుటకై పోవఁ, గాల మెద్ది పొందు గాదు దలఁప. 35

క. అదిగాన రాత్రిఁ గానక, కదలక నిద్రించుమనలఁ గ్రౌర్యం బెసఁగన్
జదియంగ మోఁది పఱచిరి, వదలక యయ్యనువు దెలియవలదా మనమున్. 36

గీ. పగలు గానకున్న పగతుర నరికట్టి, తెగ వధింప కేల పగ యడంగు
నాకుఁ జూడ ననియె నల్వురు నీభంగిఁ, బలుక నాలకించి పక్షివిభుఁడు. 37

వ. సకలనయశాస్త్రతత్త్వజ్ఞుం డైనచిరంజీవి యనునమాత్యుం గనుంగొని యతనికిం బ్రియ
పూర్వకంబుగా నిట్లనియె. 38

క. ఓతండ్రి నీదుబుద్ధి, ద్యోతంబున రాజ్య మేను దుది ముట్టంగాఁ
బ్రీతిన్ జేసితి బంధు, వ్రాతముతోఁ గూడ నధికరాజసవృత్తిన్. 39

వ. కావున. 40

క. ఇప్పటికిఁ జేయఁ దగియెడు, నప్పనికిం దెరువు వెట్ట నర్హుఁడ వనినన్
జెప్పఁదొడంగె నిజేశ్వరుఁ, గప్పినశోకతమ ముడుప ఖద్యోతనుఁడై. 41

క. వీరిందఱుఁ బరమాప్తులు, నేరుపు గలకార్యమతులు నీ కెఱిఁగింపన్
వీరలకంటెను నెఱిఁగెడు, వా రెవ్వరు నీతిశాస్త్రవాసన నెందున్. 42

క. ఐనను నాయెఱిఁగినపని, యే నించుక విన్నవింతు నిందఱు నాప్తుల్
గా నమ్మి మెలఁగ నేనియు, మానవపతి కెందు గుప్తమంత్రము వలయున్. 43

గీ. మంత్ర మాప్తపరంపర మ్రందిపోవు, నఖిలకార్యంబులకు విఘ్న మావహిల్లు
విఘ్నమునఁ జేసి కార్యంబు వృద్ధిఁ బొంద, దట్లుగావున మంత్రంబు నరయవలయు. 44

వ. కావున మంత్రరక్షయ భూవల్లభులకుఁ బ్రధానకార్యం బని కార్యాకార్యజ్ఞుం డైన
చిరంజీవి యిట్లనియె సంధివిగ్రహయానాసనద్వైధీభావసమాశ్రయంబు లను
షాడ్గుణ్యంబులు నెఱింగి కర్మప్రారంభ పురుషద్రవ్యసంపత్తి దేశకాలవిభాగ విని

పాత్రప్రతీకార కార్యసిద్ధు లనుపంచాంగమంత్రంబులం బ్రవీణుండై సామదానభేదదం డంబు లనుచతురుపాయప్రయోగసముచ్చయంబులు నెఱిఁగి ప్రభుమంత్రోత్సాహశక్తి త్రయసంపన్నుండై తత్తదుచితానుష్ఠానంబులం బ్రవర్తింపవలయుఁ గావున మనకులం బు గూడకుండుటం జేసి యుద్ధంబునకు సామర్థ్యంబు లేదు కాలంబునుం గాదు దనశక్తియుఁ బరశక్తియు దేశకాలంబులును విచారించి బకప్రకారంబు బదను గాచి యుండునది పంచాస్యంబునుంబోలె నాసన్నంబైనకార్యంబునప్పు డహితు నా హుతి గొనునది యని చెప్పి మఱియుం జిరంజీవి యిట్లనియె. 45

క. తనబలము నెదిరిబలమును, మనమునఁ జింతింప కరుల మర్దించుటకై
గొనకొనినవాని కొప్పమి, జనియించుట తప్ప దంద్రుడు శక్రుని కైనన్. 46

వ. మఱియును. 47

చ. అతులితసత్త్వప్రతాపమహిమాస్పదుఁ డైన విరోధి దూరసం
స్థితుఁ డగునేనిఁ దద్విపులతేజము తా నడఁగించు నల్పుఁ డా
యతశితశస్త్రహస్తుఁ డయి యాదలదగ్గఱ నుండెనేనియున్
జతురుఁడు గాఁడు వైరిజనసంహరణంబునకున్ నిజంబుగన్. 48

చ. ఒనరఁగ బుద్ధిమంతుఁ డయి యోరుపు గల్గి యొకప్డు వేళ వ
చ్చినయెడఁ బౌరుషంబుఁ దగఁ జేయఁగ నేర్చి పరాత్మదోషముల్
గనుఁగొని యుండి శాత్రవు నొకానొకనాఁడును విశ్వసింపఁగాఁ
జనదు వివేకియై నరుఁడు సారమతిన్ బ్రతుకం దలంచినన్. 49

చ. వదల కుపాయవంతుఁ డగువానికి నెన్నఁడు రాగశక్తిమైఁ
బదనికి రానిబాలఁ దలపట్టుక యీడిచి తెచ్చినట్లుగా
కొదుగక చొచ్చి శ్రీసతి మహోన్నతిమైఁ దనుదాన వచ్చి త
త్సదనమునందు నిల్చుఁ బ్రమదస్థితిఁ బాయక యెల్లకాలమున్. 50

క. వరమంత్రశక్తివశమై, గురురాజ్యశ్రీభుజంగకుటిలవిహార
స్ఫురణంబు దొఱఁగి సతతము, నరపతులకు భోగదర్శనం బొనరించున్. 51

క. ఖలులకు మందులకును గ్రో, ధులకును లోభులకు గర్వితులకును నతిమ
త్తులకును గామాతురులకు, సులభం బే దండనీతి శోధింపంగన్. 52

ఉ. నాయము దప్ప కెంతయు మనంబున గర్వము లేక కార్యముల్
సేయు నెడన్ విచారమతిఁ జేయుచు నేర్పును నొప్పు సద్విధో
పాయము బుద్ధియుం గలనృపాలవరేణ్యులచేత సాధ్యమై
పాయక దండనీతి సులభస్ఫురణన్ ధరియింపఁ బొందగున్. 53

వ. అని చెప్పి చిరంజీవియు నిట్లనియె మనకు నియ్యెడం గయ్యంబునకుఁ గాలంబు గా
దెట్లనిన. 54

క. బలసంపద లేకుండిన, వలయు ధనము మంత్రవిధియు వసుధాపతికిన్
బలుపగర నోర్చు ధనమున, విలసితమంత్రంబుచేత విశ్వము గెలుచున్. 55

క. విను ప్రాణము వంచించిన, జనులకుఁ బొందంగ రానిసంపద యర్థిం
దనుదాన వచ్చి యుండును, వినుత ఘనోద్యోగపరుని వేశమునందున్. 56

గీ. మంచిగుణములు గలిగినమనుజునందు, ఫలము గలుగుట కనుమానపడఁగ వలదు
వర్తనంబున ననువైనవాని కధిక, సమధికైశ్వర్యసంప్రాప్తి సంభవించు. 57

క. శూరులు నుదారశుద్ధులు, సారమతులు నైనబుధులసాహాయ్యమునన్
భూరమణుం డున్నతుఁ డగు, నారయ నృపుఁ డగుట సత్సహాయతఁ గాదే. 58

చ. వల నగురాజ్యలక్ష్మి వరవంశపరంపర వచ్చినట్టు ని
ర్మలగుణు నైన రూపజితమన్మథు నైన మనీషి నైనఁ గా
వలె నని తా వరింప దతివాంఛ వరించు రహస్యవంతుఁడై
యలవడి సత్సహాయయుతుఁ డైననృపోత్తము నెల్లభంగులన్. 59

గీ. ధరణి సత్సహాయవిరహితునకుఁ గార్య, మొక్కఁ డైనఁ జేయ నెరపు గాదు
పక్షహీన మైనపక్షికి నాకాశ, గమన మనువుపడనికరణి నధిప. 60

ఉ. ఏలిక యాత్మబుద్ధిఁ దన కించుక దోఁపనికార్య మాప్తుఁడై
చాల వివేకి యైనఘనుసన్నిధి నూహ యొనర్ప నేర్చినం
బోలఁగ నెల్లభంగులను బొం దగుచుండు విఘాతదూరతన్
మాలిమిచేత నోడ జతనంబుగఁ దీరముచేరుచందమై. 61

చ. సతతము నాయమున్ వ్యయము సన్మతితోడ నెఱింగి గుప్తమం
త్రతయును గూఢచారపరిరక్షయుఁ జేసినరాజు ప్రాణిసం
హాతి కహితంబు పల్కక దయాపరుఁ డైనఁ జతుస్సముద్రము
ద్రితనిఖిలోర్వి యంతయు నతిస్థిరతన్ భజియించువాఁ డగున్. 62

క. చెడు నాత్మశక్తి యెఱుఁగక, కడు గర్వముతోడఁ గడిఁదికార్యము చేయన్
దొడరి యవిచారమూఢుం, డడవిన్ గూపమునఁ బడినయంధుఁడువోలెన్. 63

వ. కావునఁ గయ్యం బియ్యెడం గార్యంబు గా దులూకంబులకును మనకును సహజవైరం
బుకతంబున సంధియుం బొసంగ నేర దనిన విని మేఘవర్ణుం డిట్లనియె. 64

క. మన కయ్యులూకములతో, ననఘా సహజంబు వైర మగు నేకతనన్
జనియించె ననిన నతఁ డి, ట్లను వాగ్దోషమున వైర మయ్యెను వినుమా. 65

గీ. తొల్లి యొకగార్దభము పులితోలుతోడఁ, గప్పఁబడుటను వేసవికాల మెల్లఁ
బైరు గడవార మేయుచు బ్రతికి యుండి, యంత వాగ్దోషమున హతమయ్యెఁ గాదె.

వ. అనిన నవ్విధం బెట్లని మేఘవర్ణుం డడిగినఁ జిరంజీవి యిట్లనియె. 67

సీ. ఒకయూర నొకచాకి యొక్కగాడిదఁ దెచ్చి, దాని లావుగ మేపఁ దలఁపు పుట్టి
పులితోలు పైఁ గప్పి పొసఁగఁ బండినచేలు, మేయ రాత్రులు దోల మేసి తిరుగఁ
బులి యనుబుద్ధి నాపొలముకావలివారు, దూరంబునను జూచి తొలఁగి పఱవఁ
బై రెల్ల వృథ యైనఁ బరికించి యొకనాఁడు, విసివి యొక్కరుఁడు సాహసముతోడ

గీ. గడఁగి దూరంబునందునఁ గంబళింబుఁ, గప్పికొని వింట శర మిడి కాచి యుండ
నాఖరము వచ్చి యాతని నచటఁ గాంచి, పెంటిగాడిద యనిచాలఁ బృఘురవమున.

వ. చేరం జూచి దానికయి పొంచినయతండు. 69

క. పులి యని పాఱితి నక్కట, బలుగాడిద యెలుఁగుకతన బైలయ్యె నిఁకన్
దొలఁగ భయం చేలని యొక, యలఘుప్రదరమున దానియసువులఁ బాపెన్. 70

వ. కావునఁ గాకులకు నులూకంబులకు వాగ్దోషంబునం జేసి ప్రబలవిరోధంబు సంభవించె
నవ్విధంబు విను మని యిట్లనియె. 71

క. ఈక్షితిలోనం గలిగిన, పక్షులు దమలోనఁ గూడి ప్రభువై మనలన్
రక్షింపఁగవలె నని నిజ, పక్షమున నులూకవిభునిఁ బట్టముగట్టన్. 72

వ. ఉద్యోగించుసమయంబునం దొకవృద్ధకాకం బాపక్షిసమూహంబుకడకుం జనుదెంచిన
నవి తమయుద్యోగించినకార్యం బాకాకంబున కెఱింగించిన నది యిట్లనియె. 73

ఉ. క్రూరము ఘోరదృష్టియు విరూపము నీచము నైజకోపదు
ర్వారము నైదివాంధ మన వర్తిలుఘూకముఁ బక్షిరాజుఁగా
మీరలు సేయ నేమిటికి మీఁదట దీనినెపంబునన్ ముదం
బారఁగ రాజ్యరక్ష మన కబ్బదు సుం డెడ రైనవేళలన్. 74

గీ. రాజు లేక యున్న రా జున్నయట్లకా, రాజునెపము చెప్పి బ్రతుకవచ్చుఁ
జంద్రునెపము పెట్టి శశకంబు లొకచోట, నెదరు వాసి సుఖముఁ బడసెఁ గాదె. 75

వ. అనిన విని పక్షు లావృత్తాంతం బంతయు నెఱిఁగింపు మని యడిగిన వావృద్ధకాకం
బిట్లనియె. 76

సీ. ఏకొండ చూచిన నెరగలి వడిఁ బర్వి, పొగ లేనియనలంబు లెగయుచుండ
నేచెట్టు చూచిన నెలమిఁ బచ్చనియాకు, వెదక మందున కైనఁ జిదుమలేక
యేనది చూచిన నెల్లెడ జల మింక, విసరెడిగాలితో నిసుము చల్ల
నేదిక్కు చూచిన నెండమావులపజ్జ, మృగములు జల మంచుఁ దగిలి పఱవ

గీ. సలిలతత్వంబు వనరుహాసనుఁడు మాన్పఁ, బోలునో కాక యింతలోఁ బొడ వడంగ
వనఁగ సకలజంతుభయావహంబు గాఁగ, దూషితముగ ననావృష్టిదోష మయ్యె. 77

వ. ఇవ్విధంబునం బండ్రెండుసంవత్సరంబు లనావృష్టిదోష మైన నొక్కయెడ మహాగహనంబునం గలగజంబు లన్నియుం గూడుకొని తమకు నేలిక యైన గజయూథనాథునిం గనుంగొని యిట్లనియెఁ బల్వలోదకంబు లల్పమృగంబులకు నోడలు దడుపం జాలుఁ గాక ఖరకరకిరణంబులం దపియించుమాకుం దగినయుదకంబులు లే వని మఱియు నిట్లనియె. 78

గీ. వెన్న మునుఁగంగ నుదకంబువిరివి గలుగు, వారిజాకర మొండైన మాకు వలయు
నల్పజలముల మాదాహ మడఁగ నేర, దేమి సేయుదు మనిన గజేంద్రుఁ డనియె. 79

క. దిక్కులకుఁ గొంద ఱరుగుం, డక్కడ జల మరసి యిచటి కరుదేరంగా
జొక్కు మగుచోటి కరుగుద, మిక్కడున కేల వెఱవ నేఁ గలుగంగన్. 80

వ. అని యగ్గజేంద్రుఁ డగ్గజంబులలోన నధికజవసత్వంబులు గలయేనుంగులఁ గొన్నిటిని దిక్కులకు నీ రారయం బంచిన నవియును బోయి జలం బెందునుం గానక తిరుగ నొక్కమహానాగం బాగజేంద్రునిఁ గదియం జని యిట్లనియె. 81

ఉ. ఇన్నిదినంబు లయ్యును గజేశ్వర చంద్రసరోవరంబు నా
నెన్నిక కెక్కినట్టికొల నేర్పడి యున్నది గాన మైతి మీ
యున్నవనంబుపొంతఁ గమలోత్పలకైరవహల్లకాదిచం
చన్నవపుష్పసౌరభవిశంకటశీతపయఃప్రపూర్ణ మై. 82

చ. కురువకతింత్రిణీలికుచకోమలతాలతమాలసాలకే
సరకదళీలవంగపనసక్రముకార్జుననారికేళని
ర్జరకనకామ్రవంశముఖచారుమహీరుహపంక్తిచేత సు
స్థిరతర మైనయక్కొలనితీరము సొంపు వహించు నెంతయున్. 83

గీ. జమ్ము మమ్మర మశ్వత్థసమితి యమిత, మబ్జములు కేతకంబులు నపరిమితము
లధిప మన కుండ మంచిచో టబ్బె నేఁడు, వేగ విచ్చేయు మన మదద్విరదవిభుఁడు.

వ. నితాంతసంతుష్టాంతరంగుం డగుచు నచ్చోటికిఁ గదలి పోవ నుత్సహించుచుండునంతట నీ రారయం బోయినగజంబులుఁ జనుదెంచి నిలిచి చంద్రసరోవరంబుం గాంచి వచ్చితి మని విన్నవించిన శతసహస్రసంఖ్యలు గల గజంబులఁ గూడుకొని సంరంభవిజృంభితుండై కదలునట్టిగమనవేగంబున. 85

సీ. పాదఘట్టన నేల భార మగ్గల మైన, మ్రగ్గి దిగ్గజములు మ్రొగ్గి పడఁగ
నురువడిఁ బాఱుచో నొరసినతరు లెల్లఁ, దిట్టలై మహిఁ జాఁపకట్టు వడఁగ

ఘుంకారరవము సంకీర్ణమై పర్వఁగ, దండకొండలు ప్రతిధ్వనుల నీనఁ
గర్ణజానిలమున గగనభాగమునకుఁ, దెలి మేఘంబులు దూలి పోవ

గీ. దేవసైన్యంబులకు నోడి దితిజకులము, నిలువఁ జో టెచ్చటను లేక జలధి చొరఁగఁ
బాఱు తెంచినచందమై భద్రకరులు, త్వరితగమనంబునను సరోవరము చేరె. 86

గీ. అట్టిసంరంభగమనంబునందు నందుఁ, గలశశంబులు తత్పాదఘట్టనమున
బ్రమంది మృతిఁ బొందుటయుఁ జింత నొంది శశక, నాయకుండు శిలీముఖ నాముఁడొకఁడు.

వ. తా నరణ్యంబునం గలశశకంబుల కెల్లను రాజు గావునఁ దనబంధువ్రాతంబు మృతిఁ
బొందుటకుఁ బరితప్తాంతఃకరణుం డగుచుఁ జింతించుసమయంబున నతనియమాత్యులు
కొందఱు దైవయోగంబున శేషించినవార లచ్చటికిం జనుదెంచి యభివందనంబు
లాచరించినం గన్నీ రొలుక వారలం గనుంగొని శిలీముఖుం డిట్లనియె. 88

చ. వఱపు జనింప నేల యనివారణ వారణపంక్తు లింత గాఁ
బఱవఁగ నేల యిట్లు గలబాంధవు లందఱు గాలిధూళిగా
నుఱక విధాత యేమిటికి నుండఁగఁ జేసెను నాదుజీవనం
బెఱుఁగఁగ నేర నైతి మతిహీనుల కెక్కుడి వేశుభంబులున్, 89

వ. అని యిట్లు చింతాక్రాంతుండై యున్నతనయేలికం జూచి బహువృత్తాంతవిదుం
డగు విజయుం డనునమాత్యుం డిట్లనియె. 90

ఉ. చచ్చినవారికిన్ వగవఁ జయ్యన వారలు లేచి క్రమ్మఱన్
వచ్చుట లేమి దెల్ల మిఁక వారణముల్ మగుడంగ నింత గా
వచ్చిన నున్నవారము నవశ్యముఁ జత్తుము గాన దీనికిన్
జెచ్చెరఁ జింత సేయుము విశేషమతిం బ్రతుకం దలంచినన్. 91

వ. అనినం దెలి వొందినచిత్తంబుతోడ సుముఖుం డగుచు శిలీముఖుండు దనయమాత్యుం
డగువిజయున కిట్లనియె. 92

క. గిరిగహ్వరముల కొండెను, ధరణీవివరముల కొండెఁ దడయక చని య
య్యురవుల నొరుగుద మనినన్, వెర వగునది మనకు ననుచు విజయుం డనియెన్.

గీ. ఏమఱుటఁజేసి యిటువంటియెడరు పుట్టె, మోసపోయితి మెఱఁగిన మోస గలదె
నెలవు విడువక నిలువంగవలయుఁ గాక, పందతనమునఁ బాఱు టేపౌరుషంబు.

వ. అనిన శిలీముఖుం డిట్లనియె. 95

గీ. నిన్నుఁ గడచినట్టినిజ మైనహితుఁడును, నీతియుతుఁడుఁ గలఁడె నిర్మలాత్మ
జయము నాకుఁ గలుగుసమధికోపాయంబు, తలఁపు నీవు నాకుఁ గలఫలంబు. 96

వ. అనుమాటకు విజయుం డిట్లనియె. 97

క. దేవ నను భారము పెట్టితి, గావున నాసామజములకడకుం జని యా
త్రోవ మనమీఁద రాకయె, పోవునుపాయంబు చేసి పుచ్చెదఁ గడఁకన్. 98

వ. అని యతం డాప్రొద్దు కదలి పోయి చంద్రసరోవరతీరంబున నున్న యగ్గజయూథం
బులం బొడగని దనమనంబున. 99

సీ. చేరినఁ జేసాచి చెనకెడుఁగతి దంతి, నిజకరంబునఁ బట్టి నేలఁ గలపు
నొక్కింత యూర్కొన్న నోజమై, నురగంబు గదియఁ బోయినమాత్రఁ గఱచి చంపు
మేలమాడెడువాఁడు పోలె వినోదంబు, వెలయ నవ్వుచు మహీవిభుఁడు చెఱుచు
నత్యంతవినయసాంగత్యంబు మెఱయంగఁ, గూడి దుర్మార్గుండు కీడు సేయుఁ

గీ. గాన నాకు వీనిఁ గదియంగ నేలంచుఁ, జెంత నున్న శైలశిఖర మెక్కి
నిక్కి యోగజేంద్ర నీకు సేమమె యన్నఁ, దొండ మెత్తి చూచెఁ గొండమీఁదు.

వ. చూచి సూక్ష్మరూపంబున నున్న యాచెవులపోతుం గనుంగొని గజేంద్రుం డోరీ
నీ వెవ్వండ వెచ్చటనుండి యిచ్చటికిం జనుదెంచితి వనిన నతఁడు నాపేరు విజయుం
డని యిట్లనియె. 101

గీ. ఓషధులఁ బ్రోచి జీవుల నుద్ధరించు, కైరవాప్తునిదూత నిక్కడకు నన్ను
నతఁడు పుత్తెర వచ్చితి ననినఁ గజము, కార్య మే మిచ్చటను మమ్ముఁ గనుట కనిన.

వ. ఆగ్గజశ్రేష్ఠునకు విజయుం డిట్లనియె. 103

చ. వెఱికినయాయుధంబు గొని భీతిలఁగాఁ బొడువంగఁ జూచినన్
వెఱవక దూత స్వామిహితనిశ్చితకార్యము పల్కు టొప్పు న
త్తెఱఁగున వాఁడు రాజునకుఁ దెల్లమి పుత్త్రిసమానుఁ డట్లు కా
నెఱుఁగుము నన్నుఁ జంద్రునకు నిష్టతనూభవుఁగా మనంబునన్. 104

వ. కావున నేను నిజంబు పల్కెద నాకర్ణింపుము. 105

క. ఎదిరితనసత్త్వ మెఱుఁగక, మదమున వైరమ్ము గొన్న మతిహీనునకుం
దుదిఁ గీడు పొందకుండునె, వదలక యివ్విధముఁ దెలియవలయున్ మీకున్. 106

క. ఈకొలను చంద్రుపేరన్, బ్రాకటముగ మున్న కలిగె బహుపక్షికుల
వ్యాకీర్ణతటసమీపా, నోకహసురసిద్ధసాధ్యనుతిపాత్రంబై. 107

క. ఇందులకుం గావలిగాఁ, బొందుగ మ మ్మునిచినాఁడు బుధజనకుఁడు మ
మ్మిందఱను మట్టి చంపితి, రిందునితో వైరపడఁగ నెంతటివారల్. 108

క. శశికిన్ వంశ్యుల మగుటను, శశకము లనఁ బరఁగి ధాత్రిఁ జరియింతుము క
ర్కశహృదయులార మీకును, వశ మగునే నిలువ ననిన వారణ మనియెన్. 109

క. ఈతెఱఁ గెఱుఁగక వచ్చితి, మీతెరువున నడవ మింక నేఁగెద మిదె మీ
రీత పొర్వఁగఁ దగు నన, మాతంగమ్మునకు శశము మఱియుం బలికెన్. 110

క. ఈయపరాధంబున కీ, రేయి కళానిధికి మ్రొక్కి ప్రియమున ననుపన్
బోయెదవుగాక యనుటయు, నాయేనుఁగు నీయకొనియె నౌఁగా కనుచున్. 111

ఉ. అంతటఁ బ్రొద్దు గ్రుంకుటయు నాశశకంబు గజేంద్ర రోహిణీ
కాంతునికొల్వు చూచుటకుఁగాఁ దోడితెచ్చితిఁ జూడు మంచు ని
శ్చింతతఁ జేరి దంతికి శశిప్రతిబింబముఁ జూప మ్రొక్కుచో
రంతులు చిత్తగింపు మపరాధము సైపు మటంచు వేడుచున్. 112

క. ఆచెవులపోతు కరిపతిఁ జూచి శశాంకుండు కరుణసొంపున నిన్నున్
గాచి విడిచి యనిపెను సం, కోచింపక వేఁగఁ బొమ్ము కోరినయెడకున్. 113

క. వచ్చినతెరువునఁ బోయిన, వచ్చుఁ జుమీ చేటు కాన వచ్చినపని నే
మచ్చికఁ జెప్పితి ననుటయు, నెచ్చరికతో గరివిభుండు నెఱుఁగుదు ననుచున్. 114

క. గజయూథంబులు గొలువఁగ, గజనాథుఁడు గదలెఁ దీవ్రగమనంబున న
వ్విజయముఁ గైకొని చెలఁగుచు, విజయుం డనుశశక మేఁగె విభుఁ డున్నెడకున్.

వ. చనుదెంచి తత్పాదంబులకుం బ్రణామం బాచరించి దేవా గజయూథంబులు మన మీఁద రాక యుండునట్టియుపాయంబును సరోవరతీరంబున నిలువ నేరక దూరం బరుగునట్టితెఱంగునుం జేసి వచ్చితి నెలవు దొలఁగక సుఖస్థితి నుండుం డనిన నవ్విజయుం గౌఁగిలించుకొని ప్రీతుండై బహువిధంబులఁ బ్రశంసింపుచు నచ్చోటు కదలక శిలీముఖుండు సుఖంబున నుండె. 116

క. కావున నీయల్పుఁడు ప్రజ, నేవెరవునఁ బ్రోచు టరిది హీనునిఁ బతిఁగా
సేవింప శశ కపింజల, భావంబునఁ జేటు గల్గుఁ బరమార్థ మిలన్. 117

వ. అనినఁ బక్షులు మాకు నక్కథ వినవలయుఁ జెప్పు మనిన వృద్ధకాకం బిట్లనియె.

చ. ఒకపెనుమ్రానికొమ్మతుద నొప్పుగుగూఁటు వసింతు నేను దా
నికి నట క్రిందితొఱ్ఱఁ దగ నిల్చి కపింజల ముండు నున్నచో
నకుటిలమిత్త్రిభావమున నర్మిలి నాహృదయంబు దానిపైఁ
బ్రకటము గాఁగ నిద్దఱము పాయక యుండుదు మెల్లకాలమున్. 119

గీ. అట్లు మెలఁగంగ నొక్కనాఁ డాఖగంబు, పాసఁగ మేఁతకునై పోయి మసలుటయును
గొందలంబున వెదకంగఁ గోరి పోవ, వెనుక నాపక్షి యుండెడునునికిపట్టు. 120

వ. దీర్ఘకర్ణుం డనుపేరం బరఁగుశశకంబు చొచ్చికొనియున్నసమయంబున నాపక్షియుం జనుదెంచి యిట్లనియె నే నుదరపోషణార్థం బరిగి వచ్చునంతకు నాయిల్లు చోరఁ దగ వగునే వెడలు మనిన దీర్ఘకర్ణుం డిట్లనియె. 121

గీ. విడిచిపోయినయింటికిఁ బుడమి ఱేఁడు, లేనిధరణికి మగఁడిక్కు—లేనిసతికిఁ
గడఁక సెవ్వనికిని నాస గాకమాన, దేను బలవంతుఁడను నీవు నేల విడుతు. 122

క. నా కిప్పు డుండ నర్హాం, బీకోటర మేల విడుతు నిలఁ జెఱువులుఁ బ
ద్మాకరములుఁ గూపంబులుఁ గైకొన్నవి వారిసొమ్ము గా మను వనియెన్. 123

వ. మనుస్మృతిమార్గంబు గలదు గావున నే నిచ్చోటు విడువ ననినఁ బక్షి యిట్లనియె.

క. మొగమోట లేక నాయిల్లగు నని గైకొనఁగ నీకు నర్హామె యిచటన్
దగవునకు రమ్ము లేదా, జగడం బగు నీకు నాకు శత్రుత్వమునన్. 125

వ. అనుటయు దీర్ఘకర్ణుండు తగ వనినం గా దనవచ్చునే రమ్మని వెడలిన నాపక్షియుం
దోడన కదలునప్పు డీయాశ్చర్యంబు నేనునుం జూచెదఁ గాకనుచు నింతనంతం
జనుచుండ నవి గొంతద వ్వరిగి యరిగి మనకుం దగవు చెప్పం దగువా రెవ్వరనినఁ బక్షికి
శశకం బిట్లనియె. 126

క. యమునానదీతటంబునఁ దమసత్యవ్రతుఁడు గలఁడు దధికర్ణుఁ డనన్
క్రమ మెఱిఁగినమార్జాలము, తెమలక మన మతని నడిగి తెలియుద మనినన్. 127

వ. కపింజలం బిట్లనియె. 128

క. పిల్లి కడుఁ గ్రూరహృదయం, బెల్లప్పుడు నమ్మఁ బోల దే నెఱుఁగుదు నీ
యుల్లమున కెట్లు గలిగెన్, జెల్లంబో నమ్మ కనినఁ జెప్పం దొడఁగెన్. 129

క. ఆచారవంతుఁ డుత్తముఁ, డీచేరువవాఁ గ లెల్ల నెఱుఁగుదు రతనిన్
నాచేరువగా వెఱవక, లే చను దె మ్మనినఁ బక్షి విని యిట్లనియెన్. 130

గీ. భయము నీకు నాకుఁ బరఁగఁగ నేకంబు, నాకు వచ్చుకీడు నీకు రాదె
చెప్పఁ దగినబుద్ధి చెప్పితిఁ గా కంచు, నదియు నదియుఁ గదలి కదియఁ జనక. 131

వ. ఎడదవ్వుల నిలిచి దధికర్ణు నుద్దేశించి. 132

క. ఇరవునకునై వివాదం,బిరువురకుం గలిగి యిచటి కేతెంచితి మీ
వరుసను సమచిత్తుఁడవై, వెరవున మముఁ దీర్చి పంపు వేగం బనినన్. 133

వ. విని యల్లన తల యెత్తి చూచి దధికర్ణుం డిట్లనియె. 134

గీ. మున్నువలెఁ గాదు మిక్కిలి ముసలి నైతిఁ, గదిసియుండినయది గాని కాన రాదు
వాటముగ నంతదూరంపుమాట వినను, మిగుల నింద్రియవైకల్య మగుటఁజేసి. 135

క. నను విశ్వసించి చేరం, జనుదెం డని పలుక నవియుఁ జకితస్థితి నొ
య్యనఁ గదియ వెఱవ నేటికిఁ, బనివడి యిట వచ్చి ప్రకృతిబాంధవు లయ్యెన్. 136

క. ధర్మంబు చెఱుపఁ జెఱుచును, ధర్మము రక్షించువానిఁ దా రక్షించున్
ధర్మంబు చెడక యుండను, నిర్మలమతి నడపవలయు నిశ్చలనియతిన్. 137

క. ధర్మంబు పరమమిత్త్రుఁడు, ధర్మము వెనువెంట వచ్చుఁ దక్కినధనముల్
కర్మాయత్తశరీరము, నిర్మూలం బైనచోట నే వసియించున్. 138

గీ. ఇట్టిమాట లెల్ల విని నిజంబులు గాని, యథమవృత్తిఁ గల్లలాడ నేను
గల్లలాడునట్టికష్టుఁ డెవ్వం డైన, మొనసి నరకకూపమున వసించు. 139

క. తలఁప నహింసకు మిగులం, గలిగినధర్మంబు లేదు గావున నే నీ
తెలివిని దగ జీవాత్మం, దలఁపుచు నున్నాఁడ నొందు దలఁపనిబుద్ధిన్. 140

క. పరభామఁ గన్నతల్లిఁగఁ, బరధనముం బెంకు గాఁగ భావింపుచు స
త్పురుషుండు సర్వజీవుల, నిరతముఁ దనయాత్మఁ గాఁగ నెమ్మదిఁ జూచున్. 141

గీ. సకలభూతసమితిసౌఖ్యదుఃఖంబులు, తనవిగాఁ దలంచుతత్త్వవిదుఁడు
జన్మమృత్యుభయవిచారంబు దిగఁ ద్రోచి, లలితగతిని మోక్షలక్ష్మిఁ జెందు. 142

వ. అట్లు గావున. 143

గీ. ఎవ్వరికి హింస చేయక హితము చేసి, నాఁడునాఁటికిఁ జాంద్రాయణవ్రతంబు
సలుపుచున్నాఁడ నాతపోబలముకలిమి, నడుగఁ డేమైనఁ జెప్పుదు నభిమతములు.

క. అని తమ్మ నమ్మఁ బలికిన, విని వెఱవక చేరఁ బోవ వేగమె రెంటిక్
మును గాళ్ల నడఁచి వానిన్, దినియెక్ క్రూరాత్ము సమ్మతింతురె యెందున్. 145

వ. కావున నీయల్పుండు రాజ్యార్హుండు గాఁ డని యావృద్ధకాకంబు పలికినం బక్షులు విని యిది నిజంబు పలికెం దప్పదని యాయులూకంబును రాజ్యాభిషేకంబునకుం దొలంగించి పక్షు లయ్యైదిక్కులకుం జెదరిపోయినఁ దదనంతరంబ యయ్యులూకంబు వృద్ధకాకంబుకడకుం జనుదెంచి రోషసంరక్తలోచనంబులు మెఱయ నుద్ధతం బగుచు నిట్లనియె. 146

క. నీ కేమికీడు చేసితిఁ, గాకమ రాజ్యార్హుఁ డితఁడు గాఁ డని నన్నున్
గైకొనక పలికి తల్పుఁడ, నై కానంబడినభావ మది యెయ్యదియో. 147

వ. అని మఱియు నిట్లనియె. 148

సీ. తోడరి వాఁడిశరంబు దూఱి పాఱినగంటి, మంత్రౌషధంబుల మాన నేర్చుఁ
బరశుఖండితమహాపాదపోన్నతశాఖ, జిగి మించఁ గ్రమ్మఱఁ జిగురు వెట్టు
దర్పితభయదోగ్రదావాగ్నిశిఖలచే, మాడినతృణ మెల్ల మగుడ మొలచు
నిష్ఠురోక్తులచేత నెఱిఁ జెడ్డకార్యంబు, మగుడ నెన్నండును నిగుడ కుండుఁ

గీ. గాన నాకుఁ బక్షిగణము లనుష్ఠించు, ప్రాభవంబు చెఱుపఁబడియెఁ గాన
నోరి మీకు మాకు వైరంబు వాటిల్లె, ననుచు గూబ చనియె నాగ్రహమున. 149

వ. అదియ కారణంబుగా నులూకంబులకుఁ గాకంబులకు సహజవైరంబు వాటిల్లె నని చిరంజీని చెప్పి మఱియు నిట్లనియె. దేవా మును చెప్పంబడినషాడ్గుణ్యంబులలోన

సంధివిగ్రహంబు లిప్పటికిఁ బ్రయోజనంబులు గా వాసనయానద్వైధీభావసమాశ్రయం
బులు విచారణీయంబు లనిన విని యతం డాసనక్రమం బెట్టి దనిన. 150

గీ. విమతుఁ డధికుఁడై కడు సమీపమున నున్న, హీనబలునకుఁ దనయున్నచోన యునికి
కడుఁ బ్రమాదంబు గావున గాదు మనకు, సబలునకు నైన నొప్పు నాసనగుణంబు.

క. యానంబు గదలి పోవుట, గాన బలము లేనిమనకుఁ గా దదియుం బెం
పూనినద్వైధీభావము, ధీనిరతులు ధనసవృద్ధిఁ దీర్పఁగవలయున్. 152

గీ. చిరసమాశ్రయవర్తన స్థిరతఁ జేసి, శత్రువరులను గెలుచుట సంశ్రయంబు
తద్గుణంబులు దెలిసి యుద్దండరిపుల, నూలమడఁచిన వారలు మున్ను గలరు. 153

క. ఒడలికి నలజడి రైనన్, గడఁగి సమాశ్రయము నేన కావించెద ని
ప్పుడు వైరు లధికు లైనన్, దడఁబఱచెద నాదుబుద్ధి తాలిమి పేర్మిన్. 154

క. బలవంతు లైనశత్రులఁ, బలువుర నేనియును బుద్ధిబలమున గెలువన్
వలనగు యాగార్థము ధూ, ర్తులచే విప్రుండు వంచితుం డగుభంగిన్. 155

వ. అనినఁ గాకప్రభుం డత్తెఱం గెఱింగింపు మనినఁ బ్రథానాగ్రగణ్యుం డగుచిరంజీవి
యిట్లనియె. 156

సీ. యజ్ఞార్థ మనుచు ధరామరుఁ డొక్కఁడు, కొని యొకమేషంబుఁ గొంచు రాఁగఁ
దెరువున దుర్జనుల్ దృష్టించి తమలోన, మోసపుత్తము గాక ముని నటంచుఁ
గడు నిర్దయాత్ముండు గా కుర్వి విప్రుండు, వెఱవక హింస గావించు నెట్లు
గనుఁగొన్నమా కెల్లఁ గనికరం బయ్యెడు, దీనిఁ జంపఁగ సమ్మతించుట కిది
గీ. యనఁగ నమ్మి చీంబోతుఁ దా నచటఁ గట్టి, యాతఁ డాచమనార్థమై యరుగఁ దడవ
సరభసంబునఁ జీబోతుఁ జంపి తినిరి, బుద్ధిగలవారు గెలువ నోపుదురు పరుల. 157

ఉ. కావున నేను శాత్రవనికాయము గెల్చెద సాహసంబుతో
నావచనంబు నమ్ముఁడు మనంబున నింతయుఁ జింతదక్కి నే
జీవముఁ బాసినట్టు గతిచేడ్పడి యుండెద రక్తపూరముల్
జేవురుఛాయగా నొడలఁ జిప్పిలఁ జల్లుఁడు చల్లి యత్తఱిన్. 158

గీ. మున్ను చచ్చినకాకులమూఁక నడుమ, నన్నుఁ బడవైచి తొలఁగి మిన్నక చనుండు
నే సమాశ్రయ మొనరించి మోసపుచ్చి, వత్తు ననుటయు నామేఘవర్ణుఁ డపుడు.

గీ. ఆచిరంజీవిఁ జెప్పినయట్ల చేసి, తానుఁ దనవారు నవ్వల తరువుఁ బాసి
తొలఁగి తనమంత్రి పన్నినయలఘుకార్య, మాత్మఁ దలపోయుచుండె నయ్యవసరమున.

ఉ. పొంగినవేడ్కతోడ మును పూర్వదిశాంగనఁ గూడి యుంటి నా
థుం గలరాగ మెల్ల ననుకూలతఁ జూపెద నంచుఁ బల్కిమా

శాంగన జేరెనో యవనగ ఎక్షణిశ గళ షేణ బ్రకిశకి
నింగియు నేలయుం దివసము వెక్కొన్క బిబ్బలం గొన్ని చెల్లునే.　　　౧౯౧

వ. ఆయ్యంఘకారంబున జిరంజేవ తాళు యున్నున్న చలువలహుంగగుందు షేన బ్రబళ్ళ
మధ్యంబునం బడిక క్రంబునం కొప్పవాగొని మెంకగలు విచ్చి శేగొలయంబులు లగికొల
మృతిం బొందినచందంబున దెందంబుగొందుల ఎవెరగానొ మందుందొ కల్లునో
నక్కడ నుపముద్దుందు లేనవందుతులం రణవెగొ మండరిం.　　　౧౯౨

గ్ని. శత్రు నిశ్శేషముగ జేసి చంప ధన్య మొకచెమ పర్వత మొ కొ నువ్ర్రు ర్రు
గాన వేగంబ యామట్టికడపు పోయి, వెకి చంద్రలు నూర్య లూ పో ఎల.　　　౧౯౩

వ. అప్పలుప లాకర్ణించి యకనియచుకు దేశవాక్యంబులుగా చెప్పెను.　　　౧౯౪

ఊ. దేవర నీతివాక్యము సుధీవిక పాశ్చర్యంబ మెచ్చు హుడితో
పోవుట మేలు నా గదిలి పోయి కటుల బదికట్ట చచ్చుకం
గావలి వెట్టి చొచ్చి యొుకతొకముల గాళక కొళ ఒన్ని యొున
జీవములం దొొంగె నని చెప్పగ ద్రమ్మళి బొళ్ళు ఘటిల్.　　　౧౯౫

వ. ఆవ్విఘం బంతయు నెటింగి చిరంజేవ తళవాతో నిట్ట బల్కెందు.　　　౧౯౬

గీ. మొనసి చేయవలయు మొదల నుద్యోగంబు, చెవెశెని కార్యవిటి గాను
జేయవలయు గాన జేసిన నని బిం, జేవ నిశ్చయంబు విగొ బల్.　　　౧౯౭

వ. ఉన్న సమయంబున.　　　౧౯౮

క. కాకంబు రెల్ల మడిసెం, నా కిద్దట నొకటి నుడు గరొగా న నునం దొు
గాకాయ లయగువంతట, నాకాకము కావుకావ్ళ నిత మదెప్పెనగా.　　　౧౯౯

వ. ఇట్లు గూసినచందంబ జీవికతుళ పని ఱుులాళంబులు హొక ఎనిశి తచ్చి హునొ
వెఱకి చిరంజేవి బట్టుకొని పోయి తమహొళిక ఱునుముఱుందుయడటం రజెని న
గాని యతండు నీవెవ్వరద వనిన వతంధు హూ హేమ చిరంజేవ ఱుమంతుల ఱొని ని
మేఘువర్ధనము ద్రధౌన్యార్కగళ్యంద శెతెఱంగున విళ్లవాద వై వి బవన. గొని ని
యతని కిట్టనియె.　　　౧౭౨

సీ. ఆవధరింపుడు వన్న వమ్యెనుచువట్టను, దప్పత కార్యంబు చెప్ప మన
నుపమర్దభూహొహాయ దుగుందు పావశి, యద్దక బల్లభ్రహౌశ్చాత్యతొను
సరగున మన మేన కరణంబు చొచ్చిన, వతేను క్షీ కెమహ్యు సొక మొబ్బౌ
నని బుద్ది చెప్పిన వతనిది ష్ర మొళంగి, యుమ వకర్ధనఱు ల్రాకొళని

సీ. యౌరి పగవారిపతు మై మొరికొొలది, నుపిఖితి దీవ కే టకు యువచ్చ యువము
జరగూూళంబులను మేన చధంది మధ్ని, చలముఱుటయుల గొదు తొ్భ్పంది విని.

క. దిగ విడువక ప్రాణంబులు, తగ నాకంఠమున నిలిచి తల్లడపడిచెఙ్
దెగ నడపుఁడు మీరైనను, సుగతికిఁ జనునట్టిభంగి చొప్పడ నన్నున్. 172

వ. అనుటయు నుపమర్దుండు రక్తాక్షుండు మొదలయినతనయమాత్యులం గనుంగొని వీని నేమిసేయుద మనిన నందు రక్తాక్షుం డిట్లనియె. 173

ఉ. ఈతఁ డసాధ్యశత్రుఁ డని యించుకయు న్మతి లేక వీని దు
ర్నీతిఁ గృపాకటాక్షమున నిల్పఁగఁ జూచెదు గాని మీఁద న
త్యాతురతం బ్రమాద మని యాత్మ నెఱుంగవు వీనియున్న యీ
రీతి నిజంబు గాదు ప్రహరింపుఁడు పంపుఁడు కాలుప్రోలికిన్. 174

గీ. వీఁడె కాఁడు హీనవిమతుఁ డైనను నొచ్చి, చిక్కినపుడ వేగఁ జెఱుపవలయుఁ
గరుణఁ గాచెనేని కాలాంతరంబునఁ, బ్రతిఘటించి వాఁడె పగ యడంచు. 175

వ. అనుటయు నుపమర్ధనుండు క్రూరాక్షుం డనుతనయమాత్యు నడిగిన నతం డిట్లనియె.

క. శరణము జొచ్చినవానిన్, బరిమార్చినయతని కధికపాపం బనుచున్
బోరిఁ జెప్పు ధర్మశాస్త్రము, పరమకృపం గావు వీనిఁ బక్షికులేంద్రా. 177

వ. అనిన నతండు దీప్తాక్షుం డనునమాత్యుం గనుంగొని నీమదిం దోఁచినకార్యంబు చెప్పు మనిన నతం డిట్లనియె. 178

చ. అనఘ యెఱుంగ వెందు శరణాగతుఁ జంపినచోటు చెప్పఁగా
వినవె కపోతముల్ శరణు వేఁడిన నాత్మశరీరమాంసమున్
గొను మని బోయ కిచ్చె శిబి క్రొత్తగ విన్నది చెప్ప నేల యి
ప్పను మును వైశ్యచోరులకుఁ బుట్టినవాదము చిత్తగింపుమా. 179

వ. అనుటయుఁ దత్కథాక్రమం బెట్టి దనిన నుపమర్దున కతం డిట్లనియె. 180

ఉ. మున్నొకపట్టణంబునఁ బ్రమోదమునన్ ధనగుప్తనామకుం
పన్నుఁడు వైశ్యుఁ డుండు నొకభామిని వానికిఁ జంద్రరేఖ నా
నెన్నిక కెక్కి యొప్పుఁ గమలేక్షణ రూపవిలాసవిభ్రమో
త్పన్నవయోవిభాసి కులభామలయొప్పుఁ దృణీకరింపుచున్. 181

గీ. మెలఁగునాసతి దనపతి మిగుల వృద్ధు గాన నెన్నఁడు నొల్లక కదియనీక
యున్న యెడఁ జోరుఁ డొకఁడువారున్న యిల్లు,కన్న మిడిచొచ్చి ధనమున్న కందువరయ.

వ. ఆచోరుండు నలుదిక్కులం బరికించునప్పు డనర్ఘ్యమణికనకభూషణాలంకృతయై మృదుతల్పంబునం దనపురుషునొద్దఁ బరాఙ్ముఖియై నిద్రించునంగనాతిలకంబుం బొడగని నాకు నితనిమందిరంబున ధనంబు వెదక నేల యివ్విభూషణంబులలోన నొక్కతొడవు నాకుఁ జేపడిన నంతియ చాలు నని దీప్తజ్వాలాజాలంబులకుం దగిన

తదీయాభరణకాంతు లినుమడింప నక్కాంబుకంఠికంఠాభరణం బపహరింపం గరంబు
చాఁచిన. 183

క. తొడగినతొడవులదీప్తులు, తొడిఁబడి చీఁకట్లు దూలఁ దూలఁగఁ దనపైఁ
దొడరినహస్తము సోఁకినఁ, బడఁతుక మేల్కాంచి చూచి భయకంపితయై. 184

వ. తనజీవితేశ్వరుం డున్నదిక్కున కభిముఖియై. 185

సీ. కరికుంభములకంటెఁ గడుసైనచనుదోయి, యుగ్మలి బిగియార నొత్తి యొత్తి
బిసకాండములకంటెఁ బసమించుకరముల, నతివ యంతంతకు నలమి యలమి
పల్లవంబులకంటె బాగైనకెంగేల, లలితాంగి యల్లన తెలిపి తెలిపి
పికనాదమునకంటెఁ బెంపారునెలుఁగున, బింబోష్ఠి పలుమాఱు పిలిచి పిలిచి
గీ. తెలుపునంతట మేల్కని తెలివి నొంది, తనకుఁ బ్రియకాంత చేసినధన్యతకును
మేను పులకాంకురంబుల నీనుచుండ, నొలసి సౌఖ్యాంబునిధిలోన నోలలాడి. 186

వ. ఆవైశ్యుండు కొండొకసేపున కాకుటిలకుంతల కిట్లనియె. 187

క. ఏకాలంబున వెనుకను, నీకౌఁగిలి నాకు నబ్బ నేరదు భాగ్యం
బోకాంత నేఁడు గలిగెను, మేకొనుటకు దీని కేనిమిత్తము చెపుమా. 188

వ. అనిన నయ్యింతి భయముకతనం బలుకక నిజకటాక్షవీక్షణంబులం గరాభినయ
సంజ్ఞాభావంబులం దెలుపం దెలియక యీలేమ యిటు సేయుటకుఁ గతం బెయ్యది
యని నలుదిక్కులం గనుంగొన నప్పుడు తనవెనుకదిక్కున నొదిగియున్న చోరునిం
గనుంగొని యిట్లనియె 189

ఉ. ఈరమణీలలామ నను నెప్పుడు వృద్ధుఁ డటంచు దగ్గఱం
జేరదు నేఁడు నిన్నుఁ గని చెందినభీతిని గౌఁగిలించుటన్
హారివిశేషసౌఖ్యముల నంది కృతార్థుఁడ నైతిఁ గావునన్
నారుచిరార్థసంపద గొనం దగు నిచ్చెదఁ బుచ్చుకోవనా. 190

వ. అనినఁ జోరుం డిట్లనియె. 191

చ. కలధన మెల్ల దేవుకొని గ్రక్కునఁ బోయెద నంచు వచ్చి నీ
యలఘుమృదూక్తుల న్మనము హర్షముఁ జేయుట నర్థ మొల్ల ను
గ్మలి విను నేఁటియ ట్లితనిఁ గౌఁగిటఁ జేర్చి రమింపకున్న నన్
దలఁచినవేళ వచ్చి మొగ తప్పక మ్రింగుదు నంగిటం బడన్. 192

వ. అనిన వైశ్యుం డతని కిట్లనియె, 193

క. ఉపకారంబునకును బ్ర, త్యుపకారము సేయ కుంట యుచితమె నీ వీ
యపరిమితార్థముఁ గొని చను, వెప మేమియుఁ బలుక కనుచు నిలయమునందున్.

వ. తనకుం గలిగినధనం బంతయు నతనిముందటం బెట్టి నీ వేమియుం బెనంగక కొనిపొమ్మనిన నతం డేమియు నొల్లక న న్నీపక్షంబు తుదిముట్టం జూడు మనుచు నేమియు ముట్టక చనియెఁ జోరవ్యవహారంబు జీవనంబుగా నొడ లెత్తినయతండును నవ్వైశ్యునికి నుపకారంబు చేసి పోయెం గావున నీవును నీవాయసంబువలనఁ గృప గలుగవలయు ననిన నుపమర్దనుండు వక్రనాసుం డనుమంత్రిం జూచి నీతలంపును జెప్పు మనుటయు నతం డిట్లనియె. 195

క. తెగి చంపరాదు కాకముఁ, బగతురు దమలోఁ విరోధపడిరేని శుభం
బగు మన కొక రాక్షసగో, యుగచోరులకథ వినంగ నె ప్పగుఁ దెలియన్. 196

వ. అనినఁ దత్కథాక్రమం బెట్టి దని యుపమర్దుం డడిగిన నావక్రనాసుం డిట్లనియె.

చ. ఘన మగునగ్రహారమునఁ గర్మవిదుం డొకబ్రాహ్మణుండు పా
వనచరితుండు గోవులఁ బ్రవర్ధన మొందఁగ రెంటి మేపఁగాఁ
గనుఁగొని తాఁ బ్రమోదమునఁ గైకొనఁగాఁ దటి వేచి యుండు మ్రు
చ్చునిశము నెక్కొనాఁ డొకమహానిశి నొక్కఁడుఁ బోవుచుండఁగన్. 198

గీ. మొగులు సన్నపుఁజినుకుతో ముసురుకొనుట,మీఁదఁ జీఁకటి దట్టమై మెండుకొనుట
మనుజవిరహితమును నిశామధ్య మగుటఁ, బొదలుమనమున నాదొంగ పోయిపోయి.

సీ. ఎదురుగా నొక్కరుఁ డేఁగుదెంచిన వానిఁ, దరలక చోరుండు దాఁకి బెదరి
యెవ్వండ వనుటయు నే బ్రహ్మరాక్షసుఁ, డను నన్నుఁ దాఁకిన ఘనుఁడ వైన
నీ వెవ్వఁ డనుటయు నే మ్రుచ్చుఁ బాపమ్మన, నింతప్రొ ద్దెచ్చటి కేఁగె దనిన
నీపురిలోన మహీసురో త్తమ ధేను, వులు రెండు మంచివి గలుగఁ జూచి

గీ. యపహరించుకొనఁబోవ నరిగెద నే నన్న, నేను నతనిఁ బట్ట నిపుడు వత్తు
రమ్మటంచుఁ గదలి బ్రహ్మరాక్షసుఁడును, నతఁడు నంతఁ గూడి యతనిగృహము.

వ. కదియం బోయి యమ్మహీదేవుగృహద్వారంబునొద్ద నిలిచి చోరునిం జూచి బ్రహ్మరాక్షసుం డిట్లనియె. 201

గీ. ఏను మున్ను పోయి యీయింటివిప్రునిఁ, బట్టి భుక్తి నాకుఁ బెట్టఁ జూచి
పిదప నీవుఁ గదిసి మొదవులఁ దోలుకొ, మ్మనిన నతనిమాట కాగ్రహించి. 202

వ. చోరుం డిట్లనియె. 203

గీ. తొలుత నీవు విప్రుఁ దెలిపిన మఱి నాకుఁ, బట్ట నెట్టు వచ్చుఁ బశుయుగంబు
వారు నతనిపొరుగువారును మేల్కన్నఁ, బాఱవలసియుండుఁ బసుల విడిచి. 204

వ. అని మఱియు నిట్లనియె. 205

క. చోరఁబడి గోయుగముం గొని, సరగున నే నూరు వెడలి చనునంతట భూ
సురు నీవు పట్టు మనుటయు, నరుణాక్షులు మెఱయ నతఁడు నాతని కనియెన్.

క, పసుల మును నీవు దోలిన, ముసరిన నెవ్వగల నతఁడు ముచ్చిరుచుండన్
బస లేదు నాకుఁ బట్టఁగ, వెస నే మున్నరుగ నీవు వెనుచను మనినన్. 207

వ. ఇవ్విధంబున నయ్యిరువురు నొండొరులమీఁదియాగ్రహంబున మెల పెఱుంగక
రొదకొట్టునంతట నాయింటిగృహపతి మేల్కాని తలవాకిటికిం జనుదెంచి యర్ధరా
త్రసమయంబున వచ్చి మావాకిటం బోరుచున్నవా రెవ్వ రనిన నతనికిఁ జోరరాక్షసు
లిట్లనిరి. 208

ఉత్సాహ. వెస నితండు నిన్నుఁ బట్టి వేచి వచ్చె బ్రహ్మరా
క్షసుఁ డటంచుఁ జోరుఁ డనినఁ గనలి నీపశుద్వయం
బెసఁగు వేడ్కఁ వీఁడు వేగ నిపుడు దోల వచ్చె సా
హసికవర్యుఁ డితఁడు దొంగ యంచుఁ జెప్పెఁ జెప్పినన్. 209

గీ. విని మహీసురవర్యుండు వితతమంత్ర, బలమునను బ్రహ్మరాక్షసుఁ బాఱఁ దోల
నంత నటమున్న చోరుండు నరిగెఁ గానఁ, బొసఁగ నహితులు దమలోనఁ బోర మేలు.

క. కావున శరణాగతునిం, గావం దగుఁ గాని చంపఁ గా దనినయెడన్
దా విని ప్రకారవర్ణుని, నీవివరము జెప్పు మనిన నేర్పున నతఁడున్. 211

వ. వక్రనాసుండు చెప్పినయట్లు చెప్పిన విని రక్తాక్షుండు సముత్థితుండై మ్రొక్కి యుప
మర్దున కిట్లనియె. 212

గీ దీనదశ దోఁపఁ బగతుండు హీనవృత్తి, నడఁగి బల మబ్బువేళను మడఁగఁ జేయు
దృష్టముగఁ గీడు చేసినదుష్టువలని, వినయవాక్యంబులకు మెచ్చు వెట్టివాఁడు. 213

వ. అని మఱియు నిట్లనియె మున్నిట్టిప్రియాలాపంబుల కలరి. 214

క. ప్రేమను జారిణి యగుతన, రామను శిరసావహించె రథకారుఁ డొకం
డీమహి నవివేకి యనుడు, నామంత్రి మొగంబు చూచి యతఁ డెట్లనినన్. 215

వ. అతం డిట్లను రథకారుని కొక్కకులకాంత గలదు దాని తెఱంగు వినుండు. 216

క. నగుమొగముఁ గలికికన్నులు, బిగిచన్నులు నసదునడుము బింబాధరముల్
జిగి దొలఁకుపదతలంబులుఁ, దగి యొప్పుల్ బద్మముఖికిఁ దరుణులలోనన్. 217

క. ఆపాలఁతుక పరపురుష, వ్యాపారము సేయుచుండ వరుఁ డెఱిఁగి నిజం
బేపారఁ దెలియుతలఁపునఁ, గోపం బడఁచుకొని పలికెఁ గోమలితోడన్. 218

ఉ. బాలరొ నన్ను రాజు పనివంపఁగఁ బోవుచునున్న వాఁడఁ బో
జాల నటంచు భృత్యునకు సందుల దాఁగఁగఁ బోల వెందు సే

నేల నృపాలుకొల్వునను నేగతి వచ్చె నవస్థ యంచుఁ జిం
తాలసుఁ డైననాథునను నంగన యిట్లనియెన్ ముదంబునన్. 219

ఉ. ఎన్నికబంట వీవు నిను నేలిక పిల్చి ప్రియంబు చెప్పినన్
సన్నక సన్నఁ బోక పెఱసన్నల సాకులు పన్ను టొప్పునే
తిన్నఁదనంబుతోడఁ బని దీర్చక వచ్చి సుఖింతు గాని పో
కున్న నృపాలుఁ డుగ్రుఁ డదయుండు చలంబున నేమిసేయునో. 220

వ. అని ససంభ్రమంబును సకౌతుకంబునుంగా నమ్మగువ యతనిమజ్జనభోజనాదులం బరితృప్తుం జేసి తాంబూలం బిచ్చి సెజ్జకుఁ దార్చి యిట్లనియె. 221

క. తడ వోర్వవు ప్రాణంబులు, దడసి నినుం బాసి నాకుఁ దప్పదు నీకున్
బడఁతుక లచ్చటఁ గల రని, తడవుచు రా కున్న విడుతుఁ దనువు నిజేశా. 222

గీ. అనుచుఁ గందర్పసంక్రీడ నాత్మనాథు, నుల్ల మలరంగ నేర్పుల నోలలార్చి
చలిదియును సంబడంబును జాల నొసఁగి, ప్రొద్దు గ్రుంకెడునంతన పుచ్చె నతని.

క. పుచ్చి యుపనాథుఁ బిలువం, బుచ్చి యుదక మాడఁబోవఁ బోవక మగఁడన్
వచ్చి యిలు చొచ్చి సూతుం, డచ్చటిమంచంబుక్రింద నడఁగినవేళన్. 224

వ. పదంపడి యక్కాంతయు. 225

చ. ఒడలికి నాడి సన్నమణుఁ గొప్పఁగఁ గట్టి సుగంధ మంతటం
బొడవడకుండ మేన నెగపూఁతగఁ బూసి వినీలకేశముల్
ముడి వడకుండఁ దీర్చి విరులుం గురువేరుఁ గదంబ కంబుగాఁ
బొడవుగఁ గొప్పు పెట్టి మణిభూషణముల్ ధరియించె వేడుకన్. 226

గీ. ఇవ్విధంబునఁ గై సేసి యిందువదన, దీప్తు లడరంగ నద్దంబు తెచ్చి చూచి
తనముఖావయవంబులు తానె మెచ్చి, సుదతి యుపకాంతున కెదురు చూచుచుండె.

వ. అయ్యవసరంబున నుపనాథుండును నతిసంభ్రమంబున నలంకరించుకొని దూతికానుగమ్యమానుండై పద్మముఖిమందిరంబునఁ బ్రవేశించి పర్యంకంబునందుఁ గూర్చుండి యుండె. 228

క. ఆసమయంబునఁ బుష్పశ, రాసనసామ్రాజ్యలక్ష్మి యన శృంగారో
ద్భాసితరమై నిజపర్యం, కాసనమునఁ గాంత జారు నల్లన చేరెన్. 229

వ. ఇట్లు చేరినకాంతాతిలకంబునకుం గదిసి యతం డిట్లనియె. 230

ఉ. ఎప్పుడు పిల్చుఁ బద్మముఖి యెప్పుడు దానిప్రియుండు పోవు న
న్నెప్పుడు గారవించుఁ గమలేక్షణ యంచు నహర్నిశంబు నే

నెప్పుడుఁ గోరుచుండుదు మహిం దలపోయఁగ నేను ధన్యుఁడన్
జెప్పఁగ నేల నన్నిపుడు శీఘ్రమ రమ్మని పిల్వఁ బంచుటన్. 231

క. అని మఱియుఁ బ్రియము చెప్పుచు, ఘనపరిరంభంబు చేసి కాంతయు నతఁడున్
మనసిజసంక్రీడలమై, ననుపమశయ్యాతలంబునం దున్నయెడన్. 232

గీ. మగువ కాలు చాప మగనిఁ దాఁకుటయును, నతివ యాత్మలోన నది యెఱిఁగి
వీఁడు మగఁడు గాని వింతవాఁ డెవ్వఁడుఁ, గాఁ డటంచుఁ గాంత కళవళించి. 233

వ. విచారించుసమయంబునం గూటమితమకంబున నమ్మగువయభిప్రాయం బెఱుంగమిం
జేసి పరపురుషుండు దాని కిట్లనియె. 234

గీ. నాకు వలతో మున్ను చేకొన్నమగనికి, వలతో నిజము చెప్పవలయుఁ దెలియ
నూపి చెప్ప కున్నఁ గోసెదఁ జూ ముక్కు, సెవులు ననిన వాని కువిద యనియె.

ఉ. ఓరి దురాత్మ నీవును బ్రియుండవె నాహృదయేశుకాలిపై
గోరును బోల వీవు ననుగూడఁ గదున్ జపలస్వభావలై
నారులు రూపయౌవనమున న్నిలుపోపక యివ్వలవ్వలన్
జారహితంబు సేయ విభుచక్కటిమోహము మాన నేర్తురే. 236

వ. అదియునుంగాక. 237

సీ. మగఁడు దైవం బని మదిఁ దలంచినయట్టి, మగువ పుణ్యాంగన మగువలందు
విభుఁడు శరీరంబు విడిచి పోయెడివేళ, నగ్నిముఖంబున నరుగఁగాక
తరుణి యుండఁగ లేక తగనికార్య మొకటి, నేరక చేసిన నిముడుకొనుచు
సతిలేనిధర్మంబు పతికి నేయెడ లేదు, పతి వెలిగా లేదు సతికి మేలు

గీ. గాన సతియుఁ బతియుఁ గలకాల మెల్లను, దోడునీడ గాఁగఁ దొలఁగ రనిన
శయ్యక్రింద నుండి సంతోషమున రథ, కారుఁ డద్భుతంబు గ్రమ్మ మదిని. 238

వ. ఇట్లని తలంచె. 239

గీ. మిగులఁ బతి మైనమెలఁతుక యొకనాఁడు, ప్రియము పుట్టి యొకనిఁ బిలిచె నేని
నేమి దప్పె ననుచు నెంతయు ముద మంది, యలుక విడిచి యున్నయవసరమున.

క. పరపురుషుండును దరుణియు, సురతశ్రమపారవశ్యసుఖసుప్తిమెయిం
గరచరణంబులు పెనఁగొనఁ, బరిరంభణకేళి నున్న భావించి మదిన్. 241

ఉ. ఆరథకారుఁ డల్లన నిజాంగనఁ దెల్పినఁ గన్ను విచ్చి యా
సారసనేత్ర యిట్లనియెఁ జయ్యన నీవు తొలంగు మంతకా
కారుఁడు వీఁడు మేల్కనిన గ్రక్కన నిన్నును నన్నుఁ జంపు ము
న్నారసి వీఁడె పట్టిన భయంబునఁ బోవక చిక్కి యుండితిన్. 242

గీ. అనిన దానినాథుఁ డటఁ బాసి తొలఁగిన, నెద్ద నిదురపోవుచున్న విటునిఁ
దెలుప వెఱచి తాను దెలియక నిద్రించు, మగువఁ గాంచి యపుడు మగఁడు కినిసి.

క. ఆమంచము తల నిడుకొని, ప్రేమంబునఁ బెద్దవీథిఁ బెట్టిన జారుం
డామగువఁ బాసి తొలఁగిన, నేమియు నన కలివఁ గొనుచు నింటికిఁ జనియెన్. 244

వ. కావునఁ బ్రత్యక్షదోషంబు చేసినవానిం జూచి యైన నవివేకి మంచిమాటలకుం జొక్కి మోసపోవు నని పెక్కుభంగుల రక్తాక్షుండు చెప్పిన నతనిమాట లవధరింపక యాచిరంజీవిం దోడ్కొని నిజనివాసంబునకుం జని యతని నత్యంతగౌరవంబునం గొలిపించుకొని యున్న సమయంబున నచిరకాలంబునకు నొక్కనాఁ డుపమర్దుండు సకలభృత్యామాత్యనివహంబుతోడం గొలు వున్న సమయంబునఁ జిరంజీవి చనుదెంచి యతనికి మ్రొక్కి యిట్లనియె. 245

ఉ. నీపగవానిముందటను నీగుణముల్ గొనియాడఁ గోపసం
తాపపరీతచిత్తుఁ డయి దండితుఁ జేసెను నన్నుఁ బ్రాణముల్
తీపని యుండ నొల్ల నడి తెచ్చినయాప్రతు కేల యగ్నిలో
నేపునఁ జొచ్చి దేహము దహించెద నడ్డము రాకుఁ డెవ్వరున్. 246

క. తనయేలిక ముదల కొనక, గొనకొని ప్రాణంబు విడువఁ గొఱగా దనినన్
విని రక్తాక్షుఁడు వానిం, గనుఁగొని యిట్లనియె మనసు గనుఁగొనుబుద్ధిన్. 247

గీ. చచ్చి యేమి సేయు దిచ్చట నీ వన్న, నతఁడు దా నులూక నగుచుఁ బుట్టి
కాకకులము నెల్ల గ్రక్కునఁ జంపుదు, గాలి నోవకుండఁ గాంతు దీఱ 248

వ. అనిన విని రక్తాక్షుం డవ్విధంబు సేయ నీకు సాధ్యంబుగా దెట్లనినఁ దొల్లి యొక్కమూషికంబు సూర్యానిలదేవేంద్రమేరుపర్వతంబులు దనకుఁ బ్రత్యక్షంబు లైనను నెప్పటిరూపంబునె పొందెఁ గాని యుత్కృష్టజన్మంబు నొందనేర దయ్యె ననినఁ జిరంజీవి తత్కథాక్రమం బెట్టి దనిన రక్తాక్షుం డిట్లనియె. 249

సీ. మునివరుఁ డొకరుండు ముఖ్యతీర్థము లెల్ల, నాడి భాగీరథి కరిగి యందు
నవగాహనము చేసి యాదిత్యుఁ డుదయించు, తఱి నర్ఘ్యజలము హస్తములఁ బట్ట
నయ్యవసరమున నాకాశవీథిగా, నొకడేగ యెలుకఁ బట్టుకొని చనఁగ
నాయెల్క విడివడి యమ్మహీసురుచేతి, యర్ఘ్యజలంబులయందుఁ బడిన

గీ. నతఁడు గనుఁగొని కౌతుకాయత్తచిత్తుఁ, డగుచు నమ్మూషికముమీఁద నిగుడుకరుణఁ
గన్య యగుఁ గాక యనుటయుఁ గాంత యయ్యె, దానిఁ దనభార్యచేతి కమ్మని యొసఁగ.

క. ఆరామయుఁ దనకన్నకు, మారికకం బెను గరంబు మక్కువ మెఱయన్
గారామునఁ బెనుపఁగ న, న్నారీరత్నంబు యౌవనప్రాయమునన్. 251

వ. అతిమనోహరాకారయైన యక్కొమ్మం గనుంగొని యొక్కనాఁ డమ్మునీశ్వరుండు
మనంబున నిట్లు విచారించె. 252

క. ఈకన్నియఁ దగువరునకు, నీకున్న రజస్వల యయి యిది వృషలి యగుఁ
బ్రాకటనిందాపాత్ర, వ్యాకుల యగు ననుచుఁ దనమహత్త్వము పేర్మిన్. 253

క. త్రిభువనదీపకుఁ డగు నా, నభోమణిఁ దలఁచిన వేగ నమ్మునిప్రోలన్
శుభమూర్తి వచ్చి నిలిచిన, నభివందన మాచరించి యతఁ డిట్లనియెన్. 254

క. ఈరూపవతికి మర్త్యులు, గా రని నిలిపితిని భార్యఁ గాఁ గైకొనుమీ
కోరిక నా కిది యనుటయు, నారవి విని యపుడు వేడ్క నాతని కనియెన్. 255

ఉ. ఏణవిలోలనేత్ర వరియింప మహాబలుఁ డైనయా జగ
త్ప్రాణుఁడు గాని కాఁ డతనిఁ బ్రార్థన సేయుము నన్ను మీఱు న
క్షీణవిభూతి నాతఁ డని చెప్పి దివాకరుఁ డేఁగినన్ దప
స్త్రాణపరాయణత్వమునఁ దాపసుఁ డయ్యనిలుం దలంచినన్. 256

చ. తలఁచిన నాసమీరుఁడును దత్పరతం బొడచూపి నిల్చినన్
దళితసరోజనేత్ర యిది నాకుఁ దనూభవ నీకుఁ బత్నిఁ గా
నొలసి పరిగ్రహింపు మని యుగ్మలిఁ జూప మునీంద్రుఁ జూచి హా
సలలితవక్త్రుఁ డై మృదువచస్స్మితితోఁ బవమానుఁ డిట్లనున్. 257

ఉ. నా కధికుండు దేవపతి నాతుక నాయన కిచ్చినన్ దగుం
గాక మహేంద్రుఁ డైనతనిఁ గా దని యన్యుల కిచ్చు టర్హమే
నాకనివాససౌఖ్యసుమనస్సరసీరుహలోచనాశిర
శ్శ్రీకరపాదపద్మ యయి చెన్నెసలారుచు నుండు టొప్పదే. 258

వ. అని యిట్లు వాయుదేవుం డమ్మునీంద్రు నొడంబడం బలికి యతనిచేత ననుజ్ఞా
తుం డై నిజేచ్ఛం జనియెఁ దదనంతరంబ యమ్మునీంద్రుం డింద్రు నారాధించి తలంచిన
నతండును జనుదెంచి పొడచూపి నిలిచి నన్నుఁ దలంచినకారణం బేమి యని యడి
గిన నయ్యింద్రునకు నమ్మునీంద్రుం డిట్లనియె. 259

చ. అతులతపస్సమాధినియతాత్ములు నధ్వరకర్తలున్ దృఢ
వ్రతులును దానశూరులును వాసవునిన్ బొడగాన వేర ర
ద్భుతము దలంచినంత వృథ పుచ్చక నన్నుఁ గృతార్థుఁ జేయ వ
చ్చితి మునికోటిలోపలఁ బ్రసిద్ధుఁడ నైతిఁ ద్రిలోకనాయకా. 260

వ. అని మఱియు ననేకప్రకారంబులఁ బ్రస్తుతింపఁ బ్రసన్నముఖుం డైనశతముఖున
కతం డిట్లనియె. 261

సీ. కలికిచూపులకాంతిఁ గలువతోరణములు, పచరించిన ట్లున్న బాలఁ జూడు
మెఱుఁగుఁజెక్కిళ్లను నించుటద్దంబులఁ, జూపెడు నీకు నీసుదతిఁ జూడు
గురుకుచంబులు పూర్ణకుంభంబులనుబోలె, నిలిపిన ట్లున్న యీ నెలఁతఁ జూడు
చిఱునవ్వువెన్నెల శీతలామృతమట్లు, చిలుకుచు నున్న యీ చెలువఁ జూడు
గీ. సమరవల్లభ నీకైన నమరఁ గాని, నరసురాసురయక్షకిన్నరవరులకు
నీడు గా దని నిలిపితి నీవృగాత్రిఁ, గోర్కి నిగుడంగ దీనిఁ జేకొంము గాక. 262

వ. అని యిట్లు మహేంద్రునకు నన్నారీరత్నంబుపయిం బ్రియంబు పుట్టం బల్కిన తప
స్విం గనుంగొని దానిజన్మప్రకారంబును మునీంద్రునకుం గలిగినవాత్సల్యంబును నెఱిం
గినవాఁడై నవ్వుచు మునీంద్రునకు నింద్రుం డిట్లనియె 263

చ. సురుచిరరత్నసానువుల శుద్ధసువర్ణమహోన్నతాయత
స్ఫురదురుశృంగసంఘముల సూర్యసుధాకరతారకానిరం
తరపరివర్తనంబుల గదాధరపద్మభవాదిదేవతా
పరిచితవాళిభాగములఁ బ్రస్తుతి కెక్కి వెలుంగు నెంతయున్. 264

ఉ. మేరుమహామహీధరము మీకును మాకును బెద్ద గావునన్
వారిరుహాక్షి నగ్గిరి కవశ్యము నిచ్చుట మేలు కాంతకుం
గోరిక వల్లభుండు ధనికుండును సత్త్వయుతుండుఁ గాఁగ మే
లారసి కాంచనాద్రికిఁ బ్రియంబున నిమ్మని యింద్రుఁ డేఁగినన్. 265

వ. అమ్మునీంద్రుండు తనమనంబున. 266

గీ. పిలిచి యీఁబోవ నెవ్వారు దొలఁగనాడి, పడుచు నొల్లమి లోకంబుపాడి గాదె
భాస్కరానిలస్వర్లోకపతులు దగిన, యొరపు చెప్పిరి గాని తా రొల్లరైరి. 267

వ. ఒల్లకున్న నేమి యగు నని మహామేరువుం దలంచిన నమ్మహీధరంబును నత్యంతసుకు
మారత్వంబును ధరియించి యాతనిముందట నిల్చినం గనుంగొని యర్ఘ్యసత్కారంబులఁ
బరితుష్టుం జేసి మునీంద్రుం డిట్లనియె. 268

గీ. ఎవ్వరికి నీక నీకు నే నిత్తు ననుచు, నింతగాఁ బెంచినాఁడ నీయిందువదన
నింపు పొంపార నీవు మాయింట నిపుడు, వియ్య మొందంగవలయు నుర్వీధరేంద్ర.

వ. అన నమ్మహీధరం బిట్లనియె. 270

గీ. చూడ సూక్ష్మంబు గాని నాసొబగుమేను, ఘాతగొని పెక్కులాఁగలు గాఁగఁ ద్రవ్వఁ
గాన నాకంటె నధికమై ఘనతఁ జేర్చు, వేషధారిణి యైనయిమ్మూషికంబు. 271

ఉ. కావున నీకుమారికకుఁ గాంతుఁడు మూషిక మైన నొప్పుఁ గా
కీవగఁ గాఁగ నల్పులకు నిచ్చుట నీ కది బుద్ధి గాదు నన్
బోవఁగ నంపు మంచు మునిపుంగవు వీడ్కొని మేరు వేఁగినన్
దేవసమానవిప్రునకు దీని నొసంగెద నంచు వేడ్కతోన్. 272

క. ముని పుణ్యాశ్రమభూములు, వనితం గొని తిరిగి తిరిగి వరియింపఁ దటం
చును విప్రవరుల నడిగినఁ, గనుఁగొని వా రధికబోధకలితాత్మకులై. 273

గీ. ఇంతచక్కనితరుణి మహీసురులకు, నమర నేర్చునె రాజుల కైనఁ గాక
చెలువ నే మొల్ల మనఘ విచ్చేయు మనిన, నతఁడు గడు లజ్జ నింటికి నరుగుదెంచి.

క. ఇది దాఁ గన్యాత్వంబున, ముదిసినఁ గడు ధర్మహాని మున్నిటిరూపం
బొదవంగ మూషికంబై, వదలక చరియించుఁ గాక వసుమతి నెందున్. 275

క. అని పలుక నపుడు మూషిక, తనువునఁ దన్ప్రోల నున్న దానిని ఖేదం
బున నొక్క పురుషమూషిక, మున కంటఁగఁ గట్టి రెంటి మునివరుఁ డనిపెన్.

వ. అట్లు గావున. 277

తరల. ఇనసమీరణదేవతాధిపహేమశైలము లాదిగాఁ
దనకు సన్నిధి చేసెనేనియు దానిమూషికజన్మము
న్వినుము మాఱఁగ నేర దయ్యెను నీకు నట్టిద మాకులం
బున జనించు టనంగ నాతఁడు పొంక మింక నడంగినన్. 278

వ. అంతట నుపమర్దుండును జిరంజీవిఁ జేరంబిలిచి యభయం బిచ్చి వెలుక కుండు మని
వీడ్కొల్పినఁ గొంతకాలం బుండి దుర్గస్థానమర్మంబు లెఱింగి యాచిరంజీవి యొక్క
నాఁడు దనలో నిట్లని తలంచె. 279

క. అరులకుఁ గలసత్త్వంబును, దెరువులు నునికియును వారు ద్రిమ్మరుతావుల్
గిరిదుర్గము సాధించెడు, వెరవును నెఱిఁగితిని నాకు వేళగుఁ జెలుపన్. 280

గీ. అని విచారించి గుహచుట్టు నరయఁ దొల్లి, యాలమందలయునికిప ట్టగుటఁ జేసి
కుప్పలై యున్నయెరు వెల్లఁ గొక్కిరించి, చరణముల సన్న తెరువుల నరవిఁ బఱచి.

వ. తిరిగి పెద్దవాకిట వచ్చి యులూకంబులఁ జూచునప్పు డవి రాత్రి దూరదేశంబులఁ
బరిభ్రమించి మేసి వచ్చి యలసి సూర్యోదయసమయంబున మే మెఱుంగక యొం
డొంటిపయిం బడి నిద్రింపఁ జూచి తల యూఁచి చిరంజీవి తనలో నిట్లనియె. 282

ఉ. నమ్మినవారిఁ జంపినను నాకు నధర్మము గాదు లెస్సగా
నమ్మక చంపరాదు రిపు నన్ను నిజంబుగ నాత్మభృత్యుఁగా
నమ్మినదోష మెవ్విధమునం దగఁ బొందె విచార మేటికిన్
నమ్మిననానిజేశునకు నాదు హితం బెఱింగింతు నెంతయున్. 283

ఉ. ఏపని చేయు మంచుఁ దనయేలిక సేవకుఁ బంచెఁ బొందుగా
నాపని దీర్చి వచ్చుటయ యాతనికిం దగుధర్మ మిట్టిచోఁ
బాపము పుణ్యమున్ విభునిపా లగు భృత్యుని కేమికారణం
బేపున మేఘవర్ణునకు నీసమయం బెఱిఁగింపఁ బోం దగున్. 284

సీ. అని నిశ్చయింపుచు నతివేగమునఁ జని, యేలికఁ గాంచి కే లెత్తి మ్రొక్కి-
పనపగ సాధింప నను వైనకాలంబు, తఱిఁగాంచి వచ్చితిఁ ద్వరితముగను
వెనుక న త్తెఱఁ గెల్ల విన్నవించెదఁ గాని, వీరు వా రన కెల్లవారిచేతఁ
గాష్ఠతృణంబులు గఱచి తే నియమింపు, మని తాను మండుచున్నట్టికొఱవి
గీ. మెఱసి నేర్పున ముక్కునఁ గఱచిపట్టి, కడలఁ దృణకాష్ఠములు గొంచుఁ గాకకులను
మేఘవర్ణునివెనుక నమిత్త్రికతిని, గెలుచువేడుక నుడువీథిఁ జెలఁగి పఱవ. 285

క. ఘూకంబు లున్నగుహాకునుఁ వాకిటఁ గాష్ఠములుఁ దృణము వడిఁ గప్పింపన్
వే కవిసి చిరంజీవియుఁ, దాకొనఁ దనముక్కు-కొఱవిఁ దగిలించి వడిన్. 286

వ. తనదుపక్షానిలంబునం జేసి యయ్యనలంబు నిగుడం జేసిన. 287

శా. ధూమజ్వాలలతోడివహ్ని గుహలోఁ దూరంగ నయ్యండజ
స్తోమంబుల్ భయసంభ్రమంబు లడరం దూరంబుగాఁ బాఱఁ ద
త్సీమారంధ్రము లెందు లేకునికి నార్తిం బొంది యచ్చో నిజ
స్వామిం జేరి యచేతనంబు లగుచుం జావంగ వీక్షింపుచున్. 288

వ. రక్తాక్షుం డుపమర్దున కిట్లనియె. 289

క. తెగి చంపరాదు గాకముఁ దగ వని దుర్నీతు లపుడు దలకొల్పఁగ నీ
దగుమంత్రులు నీవును నీ, పగిదిం బడవలసె నిట్టిపాపము గంటే. 290

క. హితుఁ డైనమంత్రిపలుకులు. మతి నవమానించి విననిమానవపతి యీ
గతి దుర్దశలం బొందును, సుతసోదరబంధుమిత్త్రిసుదతులతోడన్. 291

వ. అనిన విని యుపమర్దుం డిట్లనియె. 292

గీ. విను మధర్మమైనపని ధర్మ మని తోఁచుఁ, గాని తెరువు తెరువుగాఁ దలంచు
శత్రు మిత్త్రుఁగాను మిత్త్రు శత్రునిగాను, గాంచు నరుఁడు చేటుకాలమునను. 293

ఉ. కావున నాకుఁ బథ్య మగుకార్యముగాఁ గడు నెత్తి యమ్మెయిన్
నీవు హితంబు చెప్ప విననేరక దుర్ణయశీలినై చిరం
జీవిఁ బరిగ్రహించి జముఁ జేర నుపాయము చేసికొంటి నే
దైవిక మైనచేఁతకును దప్పనుపాయము లొండు గల్గునే. 294

మ. ఒకయక్షౌహిణితోడఁ బాండవబలం బున్న న్నిశామధ్యవే
ళను ద్రోణాత్మజుఁ డొక్కఁడుం గదిసి లీలన్ సంహరింపంగ ను
త్సుకతన్ మాన్పఁగఁ జాలెనే హరియు నచ్చో నుండి సర్వంబు దై
విక మంచున్ దెలియంగలేక విధిపై ద్వేషించినం దప్పునే. 295

గీ. అని యూరకుండునంతట, ననలశిఖాసమితిచేత నన్నియు సమయం
గనుఁగొనుచు వాయసంబులు, పనివడి గుహఁ జొచ్చి చూచి పరమప్రీతిన్. 296

క. అవి యుపమర్దనునంగము, లివి యారక్తాక్షముఖ్యహితమంత్రిసుహృ
న్నివహములతనువు లనుచును, వివరించి యులూకసమితి వెడలి కడంకన్. 297

గీ. అపుడు మేఘవర్ణాదివాయసకులంబు, పొరిఁ జిరంజీవిఁ బొగడుచుఁ బోయి నిజని
వాసమున నంచితోన్నతవైభవమున, మేఘవర్ణుండు కొలువున మెఱయుచుండి.

వ. చిరంజీవి నాలోకించి నీ విన్నిదినంబులు శాత్రవజనంబులు నమ్మునట్లుగా నెవ్విధం
బునం గొలిచి తిరిగితి వనిన నతం డిట్లనియె. 299

గీ. సకలదిక్కులరాజుల శౌర్యమహిమ, గెలిచి తనుఁ గొల్చుతమ్ములు గలుగునట్టి
పాండవాగ్రజుఁ డనువు గాకుండునట్టి, వేళ హీనుఁడై కొలువఁడె విరటునకున్.

సీ. కాషాయదండంబు గైకొని యమసూతి, కంకభట్టనునామకంబు దాల్చె
నడబాలతనమున నధముఁడై పావని, వలలుండు నాఁగ నవ్వలన నిలిచె
నటవేషమున నింద్రనందనుఁ డొకయేఁడు, పేడితనంబునఁ బెంపు దొఱఁగె
హయశిక్షకుం డయి యాలగాపరియు నై, మాద్రేయు లుండిరి మహిమ దొలఁగి
గీ. కృష్ణ సౌభాగ్యరేఖ నుత్కృష్ట యయ్యు, నిలిచె సైరంధ్రి యనుపేర నీచవృత్తి
బలపరాక్రమవంతు లాపతుల గలిగి, బ్రతుకరా వారు మగుడంగఁ బక్షినాథ.

క. ఏనును నవ్విధమునఁ గడు, హీనదశం బగరఁ గొలిచి యీడేర్చితి నీ
దైనమహాకార్యమును, మానసమున నెపుడు నిలిపి మహితవిచారా. 302

వ. అనిన మేఘవర్ణుండు చిరంజీవి కిట్లనియె. 303

క. నీ వసిధారావ్రతమున, నావంతయు శంక లేక యహితులలోనన్
జీవ చెడ కెట్లు మెలఁగితి, నావుడు నాతండు పక్షినాథున కనియెన్. 304

సీ. అవధరింపుం డులూకాధీశమంత్రుల, లోన రక్తాక్షుఁ డనూనవిభవ
సంపన్నుఁడును నయశాస్త్రవిదుండును, సజ్జనప్రియుఁడును సాధుహితుఁడు
విక్రమోదగ్రుండు నక్రూరచరితుండు, నగుచు సర్వజనంబు పొగడుచుండ
బుద్ధిబలంబునఁ బూజ్యుండు నాకంటె, నతఁ డుపమర్దుతో నర్థి నెపుడు
గీ. నన్నుఁ జంప బుద్ధు లెన్నియేనియుఁ జెప్ప, వినయమున నులూకవిభుఁడు వినక
మఱియుఁ దనకుఁ గలుగుమంత్రులతో నాదు, మతము నడుగ నొక్కమాట గాఁగ.

క. శరణాగతులం జంపెదు, పురుషుల నెచ్చోటఁ గానమును వినమును సు
స్థిరధర్మనిర్మలుఁడవై, పరమకృపం గావు వీనిఁ బక్షికులేంద్రా. 306

వ. అనిన వారివచనంబు లవలంబించి రక్తాక్షుపలుకు లనాదరంబు చేసి నన్నుఁ దోడ్కొ
ని పోయి కొలిపించుకొని యతం డింత దెచ్చుకొనియె నని యుపమర్దువృత్తాంతం
బంతయుం జెప్పి చిరంజీవి వెండియు నిట్లనియె. 307

క. పగవానిపక్షమునవాఁ, డగపడినం గాచెనేని నత్యాసన్నుం
డగు మెలపఁ దగదు మెలపినఁ, దెగు నుపమర్దుండపోలె ధీరహితుండై. 308

గీ. అరులవద్దనుండి యరుదెంచి కొల్చిన, భటుఁడుఁ బాము నొక్కభంగి గాన
మోసపుచ్చి చెఱచు నాసన్నుఁ డౌవాని, నమ్మినట్ల యుండి నమ్మఁ దగదు. 309

వ. అని చెప్పి మఱియును. 310

సీ. జలక మాడెడువేళ సరసాన్నపానంబు లింపైనయవి భుజియించుతఱిని
కామినీసంభోగకాలంబులెడ మృగ, యావినోదంబుల కరుగుపట్ల
విమతులపై దండు వెడలుచో నటపోయి, విడియుచు నిద్రించువేళలందు
నాస్థానమునఁ గొలు వైయున్నయప్పుడుఁ నారామకేళీవిహారములను

గీ. నృపుఁడు దేహంబుసంరక్ష నియతిఁ జేయఁ, దగును ధర్మార్థకామసాధనము గాఁగ
మనుజనాయకుఁ డించు కేమఱియెనేని, చెడుట సహజంబు నయశాస్త్రసిద్ధమతము.

సీ. దుర్మంత్రి నేలినతోడనే చెడు రాజు, చెడు నపథ్యంబులు చేసి రోగి
కలిమికి గర్వించి కలవాఁడు చెడు వేగ, లోలుఁడు చెడుఁ బరస్త్రీలవలన
బుద్ధి చాలక యుండుపురుషుచేఁ జెడు గీర్తి, నడవడి గొఱగామిఁ జెడును మైత్రి
చెడు ననాచారిచేఁ జెందినకుల మెల్ల, నర్థలోభమునఁ బుణ్యంబు చెడును

గీ. వింతభంగి దుర్వ్యసనికి విద్య చెడును, జెడు సుఖంబు పరాధీనసేవకునకు
నాజ్ఞ పాలింపఁ గొఱగానియధిపుఁ డేలు, మండలం బెల్లఁ జెడు మాటమాత్రలోన.

సీ. శుష్కకాష్ఠంబులసోఁకున నగ్నియు, నతిమూర్ఖువలనఁ గ్రోధానలంబుఁ
జపలునివలన దోషంబును మగువల వలనఁ గామోద్రేకవర్ధనంబు
దక్షునివలన నుదాత్తధనంబును, దయగలవారిచే ధర్మములును
మహితాత్మువలనను మహితధైర్యంబును, మనుజేంద్రువలన భూమండలంబు

గీ. నంతకంతకు నభివృద్ధి నందునట్లు, విశ్రుతోద్యోగనిజధైర్యవిక్రమముల
నతిసమర్థుఁడ వగుట నీ వరుల గెలిచి, యనుపమజయలక్ష్మిఁ గొంటి వాయసకులేంద్ర.

వ. అని మఱియును. 314

ఉ. మూఁపున మోసి దైన్యపుమూర్తిఁ జెడం దఱి వేచి యుండఁ గా
నోపుట లెస్స బుద్ధియుతుఁ డోపిక గల్గి చలంబు వట్టి ము
న్నేపునఁ జేరి కృష్ణభుజగేంద్రుఁడు కప్పల మోచి యన్నిటిన్
రూపు చెడన్ వధించె నని రూఢిగ వింటిమి గాదె యేర్పడన్. 415

వ. అనిన మేఘవర్ణుం డక్కథ వినవలతుం జెప్పు మనినఁ జిరంజీవి యిట్లనియె. 316

గీ. మందవిషుఁ డను పేరిట బొందుపడిన, యురగ మిట్టట్టు నాఁకటఁ దిరుగుచుండి
కాంచె మండూకగణసమాక్రాంతికలిత, జీవనం బగునొక్కసరోవరంబు. 317

క. కని యక్కొలనిసమీపం, బునకుఁ జేరంగ నరిగి భోగివిభుఁడు గ్ర
క్కున జలపాదుం డనియెడు, ఘనభేకముఁ గాంచి దైన్యకంపితుఁ డగుచున్.

వ. ఎలుంగు కుత్తుకం దగుల హీనస్వరంబున నిట్లనియె. 319

క. నాకడుపుకొఱకు దైవం, బీకార్పణ్యంబు దెచ్చె నెవ్వరి నడుగం
బోకుండితి గతకాలము, మీ కిదె భృత్యుండ నగుచు మెలఁగఁగ వలసెన్. 320

వ. అనుటయు నమ్మండూకాధీశ్వరుం డగుజలపాదుండు మమ్ము నిప్పు డాశ్రయించు
టకుఁ గతం బేమి యని యడిగిన నమ్మందవిషుం డిట్లనియె. 321

సీ. అర్ధరాత్రపువేళ నాఁకొని డస్సి నే, నెరకునై యిట్టట్టుఁ దిరుగుచుండ
నవనీసురాన్వయునర్భకుఁ డొక్కరుం, డాచమనార్థమై యరుగుదెంచి
కానక నామేను కడువడిఁ ద్రొక్కిన, నత్యుగ్రభంగి నే నతనిఁ గఱవ
విష మెక్కి మూర్ఛిల్లి వేగ నన్ బొడగాంచి, పిన్నపాపనితండ్రి భీతి మిగుల

గీ. మంత్రవాదులఁ గొనివచ్చి మందు లొసఁగి, యతని బ్రతికించుకొని నన్ను నాత్మఁదలఁచి
యద్భుతోత్పన్నకోపారుణాక్షుఁ డగుచు, బాంధవులఁ జూచి యిట్లనె బ్రాహ్మణుండు.

క. పసిపాపఁ డనక నాసుతుఁ, గసుమాళపుఁజెడుగుఁబురుగు కఱచెను దీనన్
ముసుఁగువడుపాపమున నది, దెసలం జరియించుఁగాత దీనతతోడన్, 323

వ. అని యతం డెంతయు నలుక వొడమిన వెండియు. 324

ఉ. కప్పల మోచిమోచి కడగానక వానిన గొల్చి యాఁకటన్
గప్పిననెవ్వగన్ వనరఁగా నవి చూచి కృపాకటాక్షముల్
చొప్పడు గ్రాస మిచ్చి తమలో నొకఁడై చరియించువానిఁగా
నెప్పుడు నాత్మలం దలఁప నీభుజగం బటు లుండుఁగావుతన్. 325

గీ. సుతుఁడు చచ్చెనేని సుతునితోడనె కూడ, నరుగునట్లు గాఁగ నహి శపింతుఁ
జావఁ డయ్యెఁ గానఁ జావనిమననట్టి, నుగ్రమై చరించు నూరుమాలి. 326

వ. అని యిట్లు ఘోరంబుగా శపియించిన నమ్మహీసురవరునిష్ఠురాలాపంబులు నాకుఁ
గర్ణశూలంబులుగాఁ దత్సమీపవల్మీకగతుండనై యాకర్ణించి మదాత్మగతంబున.

గీ. అశనిహతుఁ డైన శూలవిద్ధాంగుఁ డైనఁ, బడక యొకచోటఁ గొఱ దప్పి బ్రతుకుఁ గాని
విప్రశాపాగ్ని తోడరిన వికృతిఁ బొంద, కుండ బ్రతుకుజంతువులు లే వుర్విమీఁద.

తరల. అనువిచారము నామదిం గడు నగ్గలంబుగఁ బర్వినన్
విను మహీసురశాపభీతిని నీవ దిక్కని చేరితిన్
గనికరంబున నన్నుఁ జైకొని గ్రాస మొక్కొకపూఁటగా
నను భరించిన నీకుఁ గీర్తివినాశ మెప్పుడుఁ గల్గునే. 329

వ. అని మఱియును. 330

శా. మామీ పెద్దలు బుద్ధిచాలమిఁ గడున్ మైత్రిన్ సుఖామోఘవి
శ్రామంబుల్ నడపంగ నొల్లక వృథాక్రౌర్యంబు వాటించి తా
రేమేలుం గనలేక పోయి రిది దా, నేకాగ్ర్య మూహింపుమా
యేమున్ మీరునుఁ బాయకుండఁ దగఁగా నెల్లప్పుడున్ జూడఁగన్. 331

ఉ. ఉండిన నూరకుండుదునె యొక్కరుఁ డీపని చేయ నోపఁ డీ
తం డనుచుం దలంపకు నిధానమువంటినినుం బ్రధానులన్
మండితమ స్తకాగ్రముల నాదగువీఁపున మోచి యాడెదన్
మండెడుదీపనానలము మాన్పఁగ భారము మీది గాదొకో. 332

వ. అనినం బ్రమోదాయత్తచిత్తుండై జలపాదుం డలవు మిగులఁ బుట మెఁగసి ఫణిపతి శిరంబులపయిం బ్రవేశించి తత్ఫణామణిమరీచులఁ దన మొగంబుప్రతిబింబంబు గానం బడం జూచుచుండె నతనియమాత్యులును నయ్యురగంబువె న్నెక్కి నిలిచి రివ్విధం బున. మండూకంబుల మోచుకొని నానాగతివిశేషంబులఁ గొంతప్రొద్దు పుచ్చి యలసినవాఁడుంబోలె మందవిషుండును మందగమనంబునం గదల నతనికి జలపాదుం డిట్లనియె. 333

క. వడిగాఁ నడచిన మాకుం, గడు వేడుక గాక మందగమనము మా కి
ప్పుడు హర్ష మొదవఁ జేయదు, బడుగవుగా వెద్దికతము బలహీనతకున్. 334

వ. అనుటయు మందవిషుం డిట్లనియె. 335

గీ. మీరు పెట్టక కాని యాహార మిచట, నబ్బకుండుట తెలిసినయదియ కాదె
వెట్టిపనివాని కైనను వేళతోడఁ, గడుపునకుఁ బెట్టి పనిగొంట గలదు గాదె. 336

వ. అని పలికియును. 337

క. ఈకొలఁది చూడ దేహము, నా కేమియు వశము గాదు నడవఁగ నోపన్
మీ కేను భృత్యభావము, గైకొనుటకుఁ బ్రాణరక్ష గావింపఁ దగున్. 338

వ. అనుటయు భేకకులాధీశ్వరుం డయ్యహికిం గరుణించి నీకు ముదల వెట్టితి నిక్కొలని మండూకంబులలోన నీవలసినవానితోడ నుదరపోషణంబు చేసికొని శీఘ్రంబ చనుదెంచి నాకు వాహనప్రయోజనంబు దీర్పు మనిన మహాప్రసాదం బని యతనిఁ బ్రధానుల నచ్చోట డించి మందవిషుండు జలమధ్యంబునకుం జని. 339

చ. వలసినకప్పలం గడుపువాచఁగఁ బారణచేసి వచ్చి ని
చ్చలుఁ దనుపూనువాహనపుఁజందము కొండొకసేపు దీర్చి లో
పలికుటిలత్వ మేమియును బాహ్యకమై చననీక యన్నిటిం
బొలియఁగజేసె నమ్మ్రదుఁగుఁ బొల్పెసఁగెన్ జలపాదశేషమై. 340

వ. అంతట నొక్కనాఁడు మందవిషుండు జలపాదశేషం బైనసరోవరంబునఁ గ్రుమ్మరి మండూకంబులం గానక నా కింక నిచ్చట నిలువం బని లేదు జలపాదభక్షణానంతరంబునఁ జనియెదంగాక యని యెలుఁ గెత్తి పలికిన నప్పలుకు లాకర్ణించి జలపాదుండు నాపం గీడు సేయం దలంచితివే యనిన మందవిషుం డిట్లనియె. 341

క. భూసురశాపము నన్నుం, జేసినదోషంబు నిన్నుఁ జెందినపనికిం
గాసిలఁగ నేల రమ్మని, డాసినజలపాదు రూపడంగ వధించెన్. 342

వ. వధియించి యాకృష్ణసర్పంబు నిజేచ్ఛం జనియెం గావున నేనును నవ్విధంబున శత్రుల నాశ్రయించితి నని పలికి వెండియు నిట్లనియె. 343

గీ. అగ్నిశేషంబు ఋణశేష మహితశేష, మడఁపలేకున్న నవి వృద్ధి యగుడు నేచి
నిగ్రహించును బోదలును నిగిడి చెఱచు, పెఱిఁగి నిశ్శేషముగ నడఁగించు టురవు.

గీ. అడవి నిర్దహింప ననలంబు తరుమూల, రక్షసేయ మొలచుఁ గమ్మఱంగ
నట్లుగాక శత్రు నాబాలవృద్ధంబు, మొనసి చంపవలయు మొదలడంగ. 345

వ. అని విచారించి పగతుఁగ నిరవశేషంబుగా సంహరించిన భాగ్యవంతుండ వని పలికి చిరంజీవి యిట్లనియె. 346

సీ. వ్యసనశీలుఁడు గాక వసుమతీనాథుండు, సకలప్రజానురంజనము వడసి
క్రోధలోభమదాదిగుణముల వర్జించి, సత్యధర్మక్షమాశాలి యగుచు
మొనసి యాత్మచ్ఛిద్రములు గాననీ కన్య, మానవచ్ఛిద్రము ల్మ్రది నెఱింగి
దేశకాలంబులు దెలిసి సప్తాంగసం, రక్షకుండై పరాక్రమము మెఱసి
గీ. యాత్మసంరక్ష మఱవక హర్నిశంబు, ధార్మికుం డని జగ మెల్లఁ దన్నుఁ బొగడ
నిగిడి సత్కీర్తి దిక్కుల నించెనేని, దేవతాంశమువాఁ డని తెలయవలయు. 347

వ. అని మఱియును. 348

క. కడిఁదిపగరు గైదువు గొని, పొడిచినయెడ నైన బ్రదుకు బుద్ధిని జెఱుపం
బడినయమిత్త్రుఁడు మఱి యె, న్నఁడుఁ దా బ్రతుకంగలేక నాశము నొందున్. 349

చ. అలఘునిశాతహేతి నదరంటఁగఁ దాఁకినవైరి యాహవ
స్థలమున నోర్చుఁ గాని బహుసైన్యములన్ బొలియింపలేఁడు ని
శ్చలనయతత్త్వసాధనము శాత్రవపుత్త్రికళత్త్రమిత్త్రముం
డలబలశౌర్యవైభవవిడంబములన్ హరియించు గ్రక్కునన్. 350

వ. అని మఱియును. 351

క. ఏపని యుద్యోగించిన, నాపని దైవానుకూల మైన ఫలించున్
దూషింపఁగ మానుష మని, చేపట్టి పెనంగనేని సిద్ధింప దిలన్. 352

వ. కావున దైవానుకూలత లేనిపౌరుషవ్యాపారంబు నిరర్థకం బెట్లంటేని. 353

సీ. తాపసవేషంబు ధరియించె రాముఁడు, బంధనప్రాప్తుఁడై బలి యడంగె
వనవాసగతు లైరి వఱఁ బాండుతనయులు, యాదవు లన్యోన్యహతులఁ జనిరి
ఘోరదుర్దశ నొంది కుందె నైషధరాజు, శరతల్పగతుఁ డయ్యె శాంతనవుఁడు
వామనరూపంబు వాసుదేవుఁడు దాల్చె, దశకంఠుఁ డర్జునోద్ధతికి నొదిగె

గీ. సర్వమును దైవవశమున జరుగు జగము, గాన నేరక తాఁ గర్తగాఁ దలంచు
మూఢచిత్తుఁడు సుజ్ఞానమూర్తి యైన, పురుషుఁ డిన్నియు నెఱిఁగి సుస్థిరతనుండు.

వ. అని మఱియును. 355

చ. శ్రుతమునఁ జేసి బుద్ధి మతిశూన్యఘనవ్యసనంబుచేత మూ
ర్ఖతయు మదాలసత్వమునఁ గాంతయుఁ జంద్రునిచేత రాత్రియున్
వితతసమాధిచే ధృతి పవిత్రజలంబులచేత నేఱు నూ
ర్జితనయమార్గవర్తనముచే నృపతిత్వ మలంకృతం బగున్. 356

వ. అని యిట్లు చిరంజీవి చెప్పినహితోపదేశంబునకుఁ బగ సాధించినసాహసంబునకుఁ
బ్రియుం బంది మేఘవర్ణుం డతని కర్ధరాజ్యం బిచ్చి తానును సామ్రాజ్యంబునం బూ
జ్యుండై సుఖం బుండెనని చెప్పుటయు. 357

ఉ. హారపటీరహీరరజతాద్రితుషారధరాధరేంద్రమం
దారమరాళరాజహరనారదపారదకుందచంద్రికా
క్షీరమృణాలశంఖసురసింధురఫేనఫణీశకాశక
ర్పూరసమానకీర్తివరభూషణ సజ్జనలోకపోషణా. 358

క. ఉభయదళరుద్ర లక్ష్మీ, శుభమందిర సతతదానశోభిత సమ్య
గ్విభవసురాధిప విలస, త్ప్రభవా. హేమాద్రిధీర బసువకుమారా. 359

మత్తకోకిల. వాసవప్రతిమానవైభవ వైరిరాజభయంకరా
వాసుదేవపదాబ్జషట్పద వాంఛితార్థసురాంఘ్రిపా
భాసురప్రమదామనోభవ భానువంశసముద్భవా
ప్రాసతోమరకుంతముద్గరపట్టసాయుధసాధనా. 360

గద్యము. ఇది శ్రీమైత్రావరుణగోత్రపవిత్రబ్రహ్మనామాత్యపుత్త్రసుకవిజనవిధేయ నారా
యణనామధేయప్రణీతం బైనపంచతంత్రంబనుమహాకావ్యంబునందు
సంధివిగ్రహం బనునది తృతీయాశ్వాసము.

పంచతంత్రము.

లబ్ధనాశము.

క. శ్రీసమధికగుణమందిర, వాసవవిభవాభిరామ వర్ధితదానా
భ్యాసకరకమల నిర్మల, భాసురసత్కీర్తిహార బసవకుమారా. 1

వ. అవధరింపుము సుదర్శనక్షితీశనందనులు విష్ణుశర్మకుం బ్రణామం బాచరించి లబ్ధనాశం
బను చతుర్థతంత్రం బెఱింగింపు మనిన నతం డిట్లనియె. 2

క. చెందినయర్థం బితరుల, యందపుమాటలకు విడుచునతిమూఢుఁ డిలన్
డెందంబు గలసి కపితోఁ, బొందై యొక మొసలి మోసపోయినభంగిన్. 3

వ. అనినఁ దత్కథాక్రమం బెట్టి దని నృపకుమారు లడిగిన నతం డిట్లనియె. 4

సీ. రంగదుత్తుంగతరంగసంఘంబులు, సరసాభినయకరాబ్జములు గాఁగ
బహువిధప్రచలనపాఠీనపఙ్క్తులు, ధవళవిలోలనేత్రములు గాఁగ
సురచిరస్నిగ్ధపాండురఫేనపటలంబు, చారుతరాట్టహాసంబు గాఁగ
లాలితభూరిబాలప్రవాళంబులు, విరిసినఘనజటాభరము గాఁగ

గీ. ఘుమఘుమధ్వని వాద్యఘోషములు గాఁగఁ, జండతాండవాడంబరశంభుమూర్తిఁ
బోలు నని తన్ను జనములు పొగడునట్టి, వర్ణనకు నెక్కి యొప్పు మహార్ణవంబు. 5

ఉ. ఆలవణాంబురాశిదరి నర్జునతాలతమాలసాలహిం
తాలరసాలభూరుహవితానము సొంపు వహింప నచ్చటన్
వేలతరంబు లైనకపివీరులతో బలివర్ధనాముఁ డి
చ్ఛాలఘువర్తనంబుల నజస్రముఁ గ్రుమ్మరుచుండు నత్తఱిన్. 6

వ. మఱియును దత్సమీపంబున నొండొకయూథనాథుం డైనకపీశ్వరుండు బలివర్ధను
నుద్దేశించి. 7

ఉ. ఈమదిమర్కటంబునకు నేటికి నీకపిరాజ్య మంచు ను
ద్దామపటుప్రతాపబలదర్పమునన్ వెడలంగఁ దోలినన్

సీమకుఁ బాసి యొక్కరుఁడు సిగ్గునఁగాక బలివర్ధుఁ డేఁగ నా
గ్రామవిహారముల్ విడిచి రాజసవృత్తిఁ దొలంగి యయ్యెడన్. 8

వ. చనిచని యొక్కనదీతీరంబున మధుగర్భం బనునౌదుంబరంబు ఫలభరితం బైనదాని
నాలోకించి బలివర్ధనుండు దనమనంబున. 9

క. కామితఫలముల నొసఁగం, గా ముందటఁ గల్పకంబు గానంబడిన
ట్లీమేడి కడు ఫలించెను, నాముందటిభాగ్యవాసనకు దృష్టముగాన్. 10

వ. అని తలంచి డాయం బోయి. 11

క. తరు వెక్కి దీర్ఘశాఖలఁ, బరిపక్వఫలంబు లరసి భక్షించుతఱిన్
గగమునకుఁ దప్పి యొకఫల, మరుదుగఁ బడె నీటిలో మహాధ్వనితోడన్. 12

క. ఆచప్పుడు తనచెవులకు, నేఁచినకౌతుకముఁ బెనుప నెడనెడ ఫలముల్
వైచుచును సహజచాపల, మై చనుమర్కటముచప్పు డాలించుతఱిన్. 13

వ. క్రకచనామధేయం బగుశింశుమారం బమ్మేడిక్రింది జలంబులలోనఁ గ్రుమ్మరుచుండి
మత్స్యమాంసంబున నెన్నండును నిట్టియపూర్వధ్వని విన్నది లేదని తల యెత్తి చూచి
నప్పు డౌదుంబరతరుశాఖాసమారూఢశాఖామృగకరవిముక్తఫలపతనం బమ్మహాగ్రా
హంబు దెలిసి తాను నమ్మధురఫలంబు లుపయోగించి యావృద్ధవానరంబుతోడఁ
జెలిమి చేసి తన్మైత్రిత్వానందంబున నమ్మధురఫలాస్వాదనలాభంబున నచ్చోటు
గదలం జాలక కొన్నిదినంబులు మఱచి యున్న మొసలిం దలంచుకొని యమ్మొసలి
భార్య దనసఖిం బిలిచి దానితో నిట్లనియె. 14

ఉ. ఇంతకుమున్ను నాదుహృదయేశ్వరుఁ డెయ్యెడ కైన నేఁగినన్
సంతస మొప్ప వచ్చు నిమిషంబున నిన్నిదినంబు లయ్యెఁ దాఁ
జెంతలఁ జేరఁ డేమిటికిఁ జిక్కెనొ కాక పరాంగనారతి
భ్రాంతి నిజాలయంబునకు రాక చటం బ్రియ మంది నిల్చెనో. 15

క. తెలియంగవలయుఁ బొమ్మని, పలికిన నది పోయి వచ్చి ప్రాణసఖికి నే
ర్పలవడఁగఁ జెప్పఁ దొడఁగెఁ, గలవియు లేనివియుఁ గూర్చి కలఁకం బొందన్.

సీ. నెలఁత నీవిభుఁ జూడ నీవు న న్నంపినఁ, జయ్యన నేను బ్రచ్ఛన్నవృత్తిఁ
గదిసి చూచితి నొక్కకపిభామ రూపలా, వణ్యవిలాసభావములఁ బెద్ద
మధుగర్భమను నుదుంబరముపై నుండఁగఁ, బొడఁగని దానితోఁ బొందు చేసి
యాపొందు మక్కువ నంతకంతకుఁ బెంప, నీయింటితెరువును నిన్ను మఱచెఁ

గీ. పేర్చుమతిఁ బూరుషులు నవప్రియులు గాన, వారి మాన్పంగ నేరికి వశము గాదు
చెలియ నీమీఁదిభక్తిమైఁ జెప్పవలసెఁ, గాక వివరింప నా కేమికారణంబు. 17

క. అమ్మాట మొసలిలేమకు, నమ్మయి తాఁకుటయు నిశ్చయం బని మదిలోఁ
గ్రమ్మెడువిరహానలమునఁ సమ్మోహాసమూర్ఛ పరవశత్వముఁ జేయన్. 18

వ. అమ్మకరవధూటి ప్రియసఖీసంభాషణంబులఁ బెద్దయుంబ్రొద్దునకుఁ దెలివి నొందె.

గీ. మగఁడు చేసినట్టినెగులునఁ గడు నొచ్చి, విరహవహ్నిచేత వేఁగి వేఁగి
పొగలుచుండునంతఁ బొలఁతిపై నుక్కువఁ, గొన్ని మేడిపండ్లు గొనుచు వచ్చి.

వ. ఆక్రకమం డట్లున్నతన ప్రాణవల్లభం జూచి యిట్లనియె. 21

ఉ. పంకజనేత్ర నీయొడలిభారము చూచి భయంబు పుట్టెడున్
గింకకుఁ గారణంబు పరికించి యొకించుక నాకుఁ జెప్పినన్
గొంకక తీర్తు నన్న విని కోమలి నెచ్చెలిమోము చూచినన్
శంక యొకింత లే కది నిజంబుగఁ బుట్టెకునట్టిభంగిగాన్. 22

వ. ఆశింశుమారంబున కిట్లనియె. 23

ఉ. అక్కటా నీవు పోయినది యాదిగ నీకలగంటి రుగ్ణతం
జిక్కినఁ జావకుండఁగ బ్రసిద్ధుఁడు సిద్ధుఁడు వచ్చి యౌషధం
బొక్కటి చెప్పి పోయె నది యుత్తమ నీ కెఱిఁగించువారమై
యిక్కమలాయతాక్షియును నేనును నీపొడఁ గాన మెన్నఁడున్. 24

వ. అనిన నమ్మహాగ్రాహంబు. 25

క. సంజీవని మొదలుగ నే, నంజక కొనివత్తు నెట్టియౌషధ మైనన్
రంజకఘుమాట గా దిసి, కంజాతదళాయతాక్షి గ్రక్కునఁ జెపుమా. 26

వ. అనిన నది యిట్లనియె. 27

క. వానరహృదయముతోఁ దగ, నూనినయౌషధము వెట్ట నువిదకు మానున్
మేనఁ గలరోగ మనుచును, దా నెంతయుఁ గరుణఁ జెప్పి తాపసుఁ డరిగెన్. 27

గీ. కానఁ గోఁతిగుండెకాయ నీ విప్పుడు, తెచ్చి యిచ్చితేని తెఱవ బ్రతుకు
తేక యుండితేని నీకులభామిని, తనువు విడుచు గడియతడవులోన. 29

వ. అనినఁ దద్వచనంబు లాకర్ణించి యతం డట్టిద కాక యనుచుఁ గొంతద వ్వరిగి యరిగి
తనమనంబున నిట్లని వితర్కించె. 30

క. తరుచరహృదయము నాకుం, దరమే దొరకింపఁ గష్టదశ వచ్చెఁ గపీ
శ్వరుఁడు బలివర్ధుఁ డొక్కఁడు, పురుషార్థపరుండు వానిఁ బొరిగొనఁ దగునే. 31

చ. అతని వధించు టెంతయు మహాదురితంబు సమస్తధర్మసం
తతికి నిధాన మీసతి పృథా మృతిఁ బొందినఁ బాప మీయెడన్

మతిఁ దలపోయ నిద్దఱును మాన్యులె యైనను భార్యరక్షఁ దా
నతిశయధర్మ మంచుఁ దగ నార్యులు చెప్పఁగ విందు నెట్లనన్. 32

ఉ. ఎక్కడ చెప్పఁ జూపఁ గలయింట జనించుకులాంగనాళిలోఁ
జక్కఁదనంబు గల్గి గుణసంపద మించి యలౌకికస్థితిన్
నిక్కక యేప్పుగాక్షి పతి నిర్మలచిత్తము పట్టు భక్తిమై
నక్కమలాక్షి యెవ్వనికి నా లగు వాఁడు కృతార్థుఁ డిమ్మహిన్. 33

వ. కావునఁ గులకాంతను రక్షించుటయ యుత్తమధర్మంబు మిత్త్రుం డైనబలివర్ధనుఁ బరిత్యజింతు నని కృతనిశ్చయుం డై యాశింశుమారప్రవరుం డనుమానించుచు మందగమనంబున నయ్యుదుంబరంబు చేరం జనుదెంచినం జూచి మిత్త్రుం డైనబలివర్ధనుం డతని కిట్లనియె. 34

గీ. ఎంతవేగిర మింటికి నేఁగి తిప్పు, డింతలోననె మరలి రా నెద్దికతము
మందగమనంబుతోఁ జింత నొందె దేమి, కారణం బన్న నమ్మహాగ్రాహ మనియె. 35

క. చిరకాలమైత్త్రి నీయెడ, జరగంగా నింటి కరుగఁ జాలక నేఁ డ
ట్లరిగిన నచ్చటినాయి, ల్లరవై మదిఁ దోఁదె నిలువ నెట్లగుఁ జెపుమా. 36

క. ఉపకారవాంఛ సఖ్యము, నిపుణతఁ జేయుదురు గాక నీ వేమియుఁ బ్ర
త్యుపకార మపేక్షింపని, సుపురుషుఁడవు కావె యెపుడు సుస్థిరచరితా. 37

వ. అనుటయు బలివర్ధనుం డిట్లనియె. 38

గీ. డాసి యుపకార మే నేమిచేసినాఁడఁ, బూని నీతోడఁ జేసినపొందువలన
రాజ్యవిరహితదుఃఖభారంబుఁ ద్రోచి, తాల్మి నున్నాఁడ నదియు యుక్తంబు గాదె.

గీ. శోకశాత్రవభయములచొప్పు మాన్పు, ప్రీతివిశ్వాసగుణహేతుభూత మైన
మిత్త్రి మనునక్షరద్వయమిశ్ర మైన, రత్న మేవేల్పు సృజియింపఁ బ్రబలెనొక్కొ.

వ. అని పలికిన విని క్రకచుం డిట్లనియె. 41

ఉ. మింటికి నిక్కునీతరువుమీఁదను నీవును నేను నీటిలోఁ
నోఁటిఁ జరింప నోపుటకు నోర్తునె వీఁపున మోచి నిన్ను మా
యింటికిఁ గొంచుఁ బోయెదఁ గపీశ్వర రమ్మన నాతఁ డంబ ని
ష్కంటకబుద్ధిఁ బెల్లుఱికి గక్కున వీఁపున వచ్చి నిల్చినన్. 42

క. నిలిచినకపివరుఁ దోడ్కొని, నిలుపోపక మొసలి పలికె నేఁ డీమిత్త్రుం
జలముకొని చంపవలసెను, కలఁడే నావంటిపాపకర్ముఁడు జగతిన్. 43

క. స్త్రీకార్యము బలవంతము, నా కింతటిసాధుమిత్త్రు వనచరు మృతుఁగాఁ
జేకుఱఁగఁ జేయుకతమున, లోకంబున నింద కేను లోనైతిఁ గదా. 44

వ. అని విచారించి మఱియును దనమనంబున. 45

సీ. హేమంబు మేలుగీ డెఱుఁగంగఁ దలఁచిన, మానుగా నొరసినఁ గానవచ్చుఁ
బురుషులగుణములు పరికించి చూచిన, నెందైన నడవడి నెఱుఁగవచ్చు
లలితగోవృషములఁ దెలియ భావించిన, భారముల్ గాంచి యేర్పఱుపవచ్చు
స్త్రీస్వభావంబులు దెలియుట యన్నచో, నెంతధీయుతులకు నెఱుఁగరాదు

గీ. మాయలకు నిక్క మందులమునికిపట్టు, సకలదోషంబులకు నెల్ల జన్మభూమి
మగువ గావున నిపుడు న న్నగడుచేసి, యేమిపన్నెనొ నాసతి యెఱుఁగరాదు. 46

వ. అని తలపోసి వెండియుఁ దనమనంబున. 47

గీ. ఆఁడదానికొఱకు నకట నాప్రియమిత్త్రు, వృద్ధుఁ జంప నెట్లు బుద్ధి పుట్టె
ననుచు వినఁగ నాడునమ్మాట లాలించి, వానరుండు పలికె వానితోడ. 48

క. ఏమంటి విపుడు నీలో, నేమిటి కీచింత నాకు నెఱిఁగింపు మనం
గా మొసలియు నిట్లను నే, నేమియు ననఁ దప్ప వింటి వే నేమంటిన్. 49

క. అనుమాట కాత్మలోపల, ననుమానము నొంది వానరాధిపుఁ డీతం
డనుమానించుచు వగచుచు, ననుఁ గొనిపోవుటకుఁ గారణం బెయ్యదియో. 50

గీ. అడిగి చూచెదఁ గాకంచు నగచరుండు, కలఁక నొందినమదితోడ జలచరేంద్ర
నాకుఁ దోఁబుట్టువైన నీనాతి కిపుడు, సేమమే యన్న నామాట చెవులు సోఁక. 51

ఉ. అల్లన శింశుమారవిభుఁ డాకపినాథునిఁ బల్కె మన్మనో
వల్లభ రోగపడ్డయది వైద్యు లసాధ్య మనంగ దాని కే
నుల్లమునం దలంకెదఁ బ్రయోగము చెప్పిరి దీర్చువారు లే
రల్లెడ నీటిలోనిపని యింతియ నాపని మిత్త్రవత్సలా. 52

వ. అనుటయు నాబలివర్ధనుం డిట్లనియె. 53

చ. జలములఁ గాని వెల్పలికిఁ జాల నటంచు విచార మేటికిన్
బలికినమందు దెత్తు ననుఁ బంపు మరెన్నఁటి కేను బోయి భూ
వలయము నెల్లఁ గ్రుమ్మరి దివాకరుఁ డయ్యపరాంబురాశిలో
పల దిగి పోకమున్న వడిఁ బాఱి రయంబున వత్తుఁ బోయెదన్. 54

క. పొ మ్మనవు పోయి మందులు, దె మ్మనవు చికిత్స చాలఁ దెలిసినవైద్యున్
ర మ్మనవు భార్య నిజ మగు, సొ మ్మనవు దలంక నేమిచోద్యము చెపుమా. 55

వ. అనిన నమ్మకరకులాధీశ్వరుం డిట్లనియె. 56

ఉ. అడిగినవాఁడఁ బండితుని నాయన చెప్పఁగ మందు నీకడం
దడవఁగఁ జాల కేను బరితాపముఁ బొందుచు నున్నవాఁడ ని

ప్పుడు నెఱిఁగింపకున్న నది పోవదు నామదిలోన దుఃఖమున్
గడవఁగ నీవ కారణ మకారణబాంధవ యెన్నిభంగులన్. 57

వ. అనినఁ దరుచరనాథుం డిట్లనియె. 58

గీ. మనసు గలసినచో నొకమాట యైనఁ, గపటమునఁ జెప్పకుండుట కలుష మంద్రు
ప్రాణసఖుఁ డగునాకు డాపంగ నగునె, చెప్పఁ దగనిది యైనను జెప్పు మనిన. 59

.వ అమ్మాటకుఁ బుయిలోట దక్కి మొసలి యిట్లనియె. 60

క. వానరహృదయము తోఁ దగ, నూనినయౌషధముఁ దెచ్చి యువిదకుఁ బెట్టన్
మేనఁ గలరోగ మంతయు, మాను ననుచు నొక్కవెజ్జు మగువకుఁ జెప్పెన్. 61

ఉ. చెప్పిన నన్నుఁ దె మ్మనియెఁ జెప్పెడి దేమి మ ఱెందు నేరికిం
జెప్పక నీకునుం దెలియఁ జెప్పఁగఁ జాలక యాత్మ నాకు నేఁ
జెప్పఁగ నీవు న న్నడుగఁ జెప్పితిఁ గాని భయంబు పుట్టఁగాఁ
జెప్పుట గాదు కార్యగతి చెప్పితి వానరయూథనాయకా. 62

క. తనసతికి రోగ మైనం, గనుఁగొని యది చక్కఁబెట్టఁగా నేరఁ డితం
డని నన్ను బంధుజనములు, మనుపీనుఁగుఁ గాఁ దలంప మను టేమిటికిన్. 63

వ, అని చెప్పినఁ గపీశ్వరుండు. 64

గీ. సగము చచ్చినమేనితోఁ జకితుఁ డగుచుఁ, గంప మొందుచు వృద్ధమర్కటము మూర్ఛ
మునిఁగి కన్నులు గానక మణిగి కొంత, వడికిఁ దెప్పిటి యాత్మ దైవంబుఁ దూఱి. 65

వ. తనలో నిట్లని వితర్కించె. 66

గీ. ప్రేమ నటియించి యింటికిఁ బిలువఁ దడవ, మొసలిమాటకు నా కేల మోసగలిగె
నెంతముదిసిన నేను జితేంద్రియుండఁ, గామి నాపదఁ బడితి యుక్తంబు గాదె. 67

వ. అని మఱియును. 68

సీ. రాగసంయుక్తుఁ డరణ్యవాసంబునఁ బహుకాల మున్నను ఫలము లేదు
నెఱియఁ బంచేంద్రియనిగ్రహంబున నిల్లు, గదలకున్నను వాని కదియ ఫలము
వీతరాగుండును వినయశీలుండును, వివిధధర్మాధర్మవిదుఁడు నగుచు
సత్యదయాదానశౌచంబు లెవ్వఁడు, గలిగి వర్తించు నిష్కపటవృత్తి

గీ. వానినిలయంబు ఘనతపోవనము గాని, దండకాషాయవస్త్రికమండలువులు
ముండితయును భిక్షాటనమును జదువును, నాటకమ్ము లివి ప్రయోజనములు గావు.

వ. అని తలంచి బలివర్ధనుండు దైవానుకూల్యంబున నాయుశ్శేషంబు కతంబునం దనకు
నప్పటి కొక్కయుపాయంబు తోఁచిన నాశింశుమారంబునకు నిట్లనియె. 70

క. ఓయన్న కల్ల చేసితి, వీయర్థము మున్ను నాకు నెఱిఁగించిన నే
నాయంతరమునఁ గలిగిన, యాయాపద మపుడ కొంచు నరుదెంతుఁ గదే. 71

ఉ. గుండియ పుచ్చి పెట్టుకొని కొమ్మపయిం బదిలంబు చేసి నే
నుండుదు నట్టిభారమున కోర్వక యెప్పుడు నేఁడు నే నభా
గ్యుండను నీవు నక్కఱఁ గూర్చినసొమ్మని మున్నెఱింగి తే
కుండుటఁజేసి యే మని ప్రియోక్తులు వల్కుదు నేమి సేయుదున్. 72

వ. అయినను త్వరితగమనంబున నయ్యుదుంబరంబు కడకుం జని యస్మదీయహృదయం
బు గొని చనుదెంత మని పలికి వెండియు. 73

గీ. మొనసి ధర్మార్థకామముల్ మూఁటివలన, ఫలము లెవ్వాఁడు దా నాసపడియె నేని
వాఁడు రిక్తహస్తములఁ బోవంగఁ దగదు, భూమిసురరాజకాంతలపొంత కెందు. 74

క. మానుగ హృదయం బచ్చటి, మ్రానం దగిలించి యుంటి మన మటు వంగుడం
గా నరిగి వేగ నది గొని. మానిని యున్నెడకు నిపుడ మఱలఁగవలయున్. 75

వ. అనిన. 76

క. అమ్మాటల జలచరమును, సమ్మతితో నమ్మి వృక్షచరమును గొనుచుం
గ్రమ్మఱ మున్నున్నతరువు, కొమ్మం గదియింపఁ గపియుఁ గుప్పించి వడిన్. 77

గీ. అంతకంతకుఁ బొడవుగా నరిగి యరిగి, వృక్షశాఖాగ్రమున నున్న వృక్షచరముఁ
గాంచి చెలికాఁడ రమ్మ వేగంబ మనకుఁ, బోవవలె నన్న జలచరంబునకు ననియె. 78

గీ. పొందు చేసిచేసి పొసఁగక మఱి పోయి, తిరిగి వచ్చునతఁడు తిరుగఁ జెనకు
గార్దభంబు నక్కకఱపుల పాలిఁ జేరి, పోయి తిరిగి వచ్చి పొలిసినట్లు. 79

వ. అనినఁ దక్కథాక్రమంబు తెలుపుమని జలచరపతి యడిగినఁ దరుచరపతి యిట్లనియె.

సీ. కలఁ డుగ్రవనములోపల నొక్కమృగరాజు, గోమాయు వతనికిఁ గూర్చుభృత్యుఁ
డై పంపు చేయంగ నమ్మృగేంద్రుఁడు జంబు, కముఁ జూచి పలికె దైన్యము దలిర్ప
ననఘ మహోదరవ్యాధి నాతనువున, నొదవి యంతంతకు ముదురఁ జొచ్చె
ననుగుణం బగుమందు లరసి సేవింపక, యూరకుండిన మీఁద నొప్పకుండు

గీ. గార్దభముకర్ణ మొక్కటి గలిగెనేని, యౌషధంబున నది గూర్చి యారగించి
మచ్ఛరీరంబురోగంబు మాన్పుకొందుఁ గానఁ గొనిరమ్ము ఖరము నాకడకు వేగ. 81

చ. అనిన మహాప్రసాద మని యామృగధూర్తము పోయి రోయుచున్
జని నగరోపకంఠమునఁ జాకలవానికృశాంగగార్దభం
బును బొడగాంచి సద్వినయపూర్వముగా మృదుభాషణంబులన్
గనికర మొప్పఁ బల్కె నధికం బగునేర్పున నాక్షణంబునన్, 82

120 పంచతంత్రము.

క. ఎలయించి తెచ్చి యిచ్చినఁ, జొలియింప మృగేంద్రుఁ డదరఁ బొడమినభీతిన్
నిలువక వడిఁ జని మున్నిటి, నెలవున గార్దభము పోయి నిలిచినపిదపన్. 83

వ. ఆమృగపతి గోమాయువుం గనుంగొని మనయత్నంబు విఫలం బయ్యె నింకను బ్రయ
త్నంబున ననుసంధింపవలయు ననిన నాసృగాలం బిట్లనియె. 84

గీ. మునుపు గార్యంబు దెలియనిమూఢచిత్తుఁ, బొసఁగ నిది సేయు మన మోసపోవుఁగాని
దృష్టముగఁ జూచి కపటంబు దెలిసె నేని, పూని క్రమ్మఱ మఱి మోసపుచ్చ రాదు.

వ. అయినను నాబుద్ధిబలంబునను బలుకులనేర్పునను నాగార్దభంబుమనంబునం గల
భయం బుడిపి దేవరదివ్యశ్రీపాదపద్మంబులసన్నిధిం బెట్ట నవధరించెదం గాక యని
క్రమ్మఱం జని గార్దభంబుఁ గాంచి యిట్లనియె. 86

మ. మృగరాజుం గని కొల్చి యాయనకడన్ మేఁ తెల్ల నీసొమ్ముగాఁ
దగ భృత్యప్రకరంబు లెల్ల నినుఁ దాత్పర్యంబునం జూడఁగా
జగతిం బెద్దఱికంబు గట్టుకొన కీజాడన్ భయభ్రాంతి నొ
ప్పగు నే క్రమ్మఱి పాఱ సాహసవిహీనాత్ముండు వెం పొందునే. 87

వ. అని మఱియును. 88

ఉ. మానుగ నంటరానికొఱమాలిన మైలలమోపు వీపునం
బూని ధరించి తిట్టియును మొత్తియు నీరజకుండు నొంపఁగా
నీనిగృహంబునందుఁ దగవే నడపీనుఁగవై చరింప ని
చ్చానుగుణంబుగా నభిమతార్థము లానఁగ లేక యక్కటా. 89

వ. అనుటయు నాగార్దభం బిట్లనియె. 90

క. నమ్మించి యేను నీవును నిమ్ముల బ్రదుకుద మటంచు నెలయించి ననున్
గమ్మని కొనిచని మృగపతి, సమ్ముఖమునఁ బెట్టి చంపఁ జనునే నీకున్. 91

గీ. శితనఖంబులు మెఱయంగ జేగురించు, ఘనతరానన మతిభయంకరము గాఁగ
నుఱుక నుంకించున ట్లున్న యుగ్రహరికి, బెదరి పాఱక నిలువ నే బిరుదనయ్య. 92

వ. అనిన నమ్మాటకు జంబుకం బిట్లనియె. 93

మ. మొదలం జూడనివాఁడ వైనకతన న్ముంచెన్ భయం బెంతయున్
గదియం బోయి నమస్కరింప నతఁడున్ గారుణ్యపూర్ణాంగుఁడై
చెదరం బాఱఁగనీక ప్రోచు నధికశ్రీయుక్తుఁగా భృత్యు నీ
వది గాన న్వెఱ వేది వచ్చితివి పంచాస్యంబుపొం దొప్పదే. 94

వ. అని మఱియును. 95

చ. వలసిన భక్ష్యభోజ్యము లవారణఁ బారణ సేయవచ్చు ని
చ్చలు హరిమూలభృత్యవనజంతునికాయములోన నెక్కుడై
మెలఁగఁగ వచ్చుఁ జల్లనిసమీరము వీవఁగ నిచ్చవచ్చు శ
య్యల శయనింప వచ్చును మహామహిమాఢ్యుని బంటుగా మదిన్
దలఁపని పేదవాన్ బ్రతుకు దాఁ గలదే తలపోయ నెమ్మెయిన్. 96

శా. నాయత్నంబు ఫలింప దయ్యె నకటా నాస్నేహభావంబునన్
బాయం జాలక కూడి యుండుటకునై ప్రార్థించినట్టే కదా
ధీయుక్తుండు త్రివర్గముం బడయ నర్థిం గోరఁగా నెయ్యెడన్
శ్రేయఃప్రాప్తికిఁ బెక్కువిఘ్నము లగున్ జింతింప నింతేటికిన్. 97

వ. అని మఱియునుం బ్రియాలాపంబులు పలుకునగ్గోమాయువుమృదుమధురభాషణంబులకు
నోటుపడి గార్దభం బిట్లనియె. 98

క. కండువచుట్టవునై మది, కం దంతయుఁ బాపి మీఁదఁ గలభాగ్యము నా
కందించి మనుపఁ దలఁచితి, కందళితస్నేహభావగౌరవ మెసఁగన్. 99

క. కడుపున కండియు నందని, కుడుపుల ననుదినముఁ గుదిలఁ గుడుచుటకంటెన్
గడు దొడ్డరాజుసేవకు, నొడఁబడి యొకనిమిష మైన నుండఁగ రాదే. 100

వ. అని నిశ్చయంబుగాఁ బలికి గార్దభం బమ్మృగధూర్తంబు వెనుకం జనఁ గొనిపోయి
మృగేంద్రుముందటం బెట్టి యిట్లనియె. 101

క. నమ్మించి తోడితెచ్చితి, నమ్మినభృత్యుండు గాఁడు నాక యితని నీ
సొమ్ముగ నొరం గన్నుల, నిమ్మగఁ జూడంగఁ దగు మృగేంద్రకులేంద్రా. 102

వ. అని విన్నవించి యామృగధూర్తంబు దొలంగిన మృగనాథుండు. 108

గీ. ఉఱికి గార్దభంబు నుగ్రదంష్ట్రిలు గల, ముఖమునం దుదగ్రనఖములందు
నొత్తి పట్టఁ దడవ యుసురు పోయినదానిఁ, జూపి జంబుకంబుఁ జూచి పలికె. 104

గీ. దినముఖోచితకర్మంబు దీర్చి వచ్చి, యనుభవించెద నందాఁక నరసి యుండు
మనుచు సింగంబు నదికిని నరుగ జూచిఁ జంబుకంబుఁ దలంచె మనంబులోన. 105

సీ. దివ్యాపథం బని తెప్పించి మృగరాజు, నన్నుఁ గావలి పెట్టి నదికిఁ బోయె
నీమందు మృగపతి కేల పోవఁగనిత్తు, గ్రక్కున నతఁ డిందు రాకమున్న
భక్షించి నామేనఁ బరఁగురోగము లెల్ల, హరియింతు ననుచు మహాభిలాష
మొదవ గార్దభకర్ణహృదయంబు లప్పుడు, తోడిఁబడఁ దిని మాఱి దుడుచుకొనుడు
గీ. నంత హరివచ్చి యాగార్దభావయవము లెక్కడికిఁ బోయె నివు డన్న నెఱుఁగనట్లు
మూర్ఖచిత్తున కెం దైన మొదలఁ గలవె, హృదయకర్ణంబు లవి చూడ కెఱుఁగ కంటి.

వ. కావున నీగార్దభంబునకు హృదయకర్ణంబులు లే వనిన నట్లకాఁబోలు నని యామృగేంద్రుం డూరకుండె నేను నవ్విధంబున మోసపోవ నగ్గార్దభంబుఁ గాను విచ్చేయు మనిన నాశింశుమారవల్లభుండు లబ్ధనాశంబునకుఁ జింతాక్రాంతుం డగుచు సిగ్గుపడి జలమధ్యంబునకుం బోయె నని యిట్లు విష్ణుశర్మ లబ్ధనాశం బనుచతుర్థతంత్రం బెఱింగించినం గుమారు లసంప్రేక్ష్యకారిత్వం బెఱిఁగింపు మనుటయు. 107

ఉ. తెల్లదలాటరాయ సుదతీజననూత్నమనోజ మల్లికా
వల్లభ సప్తసప్తికులవర్ధన మేరునగేంద్రధీర సం
ఫుల్లసరోజనేత్ర గుణభూషణ యాహవభీమ తమ్మభూ
వల్లభుకూర్మిపుత్త్రి బసవక్షితిపాలక రాజశేఖరా. 108

ఉత్సాహ. మందరాచలేంద్రధీర మనుచరిత్రసంతతా
నంద కులపవిత్ర ధర్మనందితావనీజనా
కుందచంద్రహారహీరగురుయశః ప్రకాశ గో
విందచరణకమలయుగళవిస్ఫురన్మనోంబుజా. 109

భుజంగప్రయాతము. రమానూనరేఖావిరాజత్స్వరూపా
యుమానాథఫాలానలోద్యత్ప్రతాపా
సమస్తావనీచక్రసంస్తూయమానా
నమద్రాజసంరక్షణాసంవిధానా. 110

గద్యము. ఇది శ్రీమైత్రావరుణగోత్రపవిత్రబ్రహ్మనామాత్యపుత్త్రిసుకవిజనవిధేయ నారా
యణనామధేయప్రణీతం బైనపంచతంత్రం బనుమహాకావ్యంబునందు
లబ్ధనాశం బనునది చతుర్థాశ్వాసము.

పంచతంత్రము.

అసంప్రేక్ష్యకారిత్వము.

క. శ్రీకారుణ్యకటాక్ష, స్వీకృతబుధబంధునికర జృంభితవిమతా
నీకగ్రీవాఖండన, భీకరకరవాల బసువపృథ్వీపాలా. 1

వ. అవధరింపుము సుదర్శనక్షితీశ్వరనందను లసంప్రేక్ష్యకారిత్వం బెఱింగింపు మనిన
విష్ణుశర్మ వారల కిట్లనియె. 2

చ. నిజమును గల్లయుం దెలియ నేరక క్రోధమునం బ్రమత్తుఁడై
సుజనుల కెగ్గు చేసి చెఱుచుం దనమున్నటిమైత్త్రి మానవుం
డజగరముక్ హారించినమహానకులంబు వధించి బ్రాహ్మణుం
డజితమనోవ్యథం బొరలు నయ్యవివేకముఁ బోల్పఁ బట్టగున్. 8

వ. అనుటయు నృపకుమారులు తత్కథాక్రమం బెఱింగింపుఁ డనిన నతం డిట్లనియె. 4

సీ. గౌడదేశంబునఁ గల దగ్రహారంబు, సకలసౌఖ్యములకు జన్మభూమి
తన్నివాసంబుగ ధరణీసురాన్వయ, జాతుఁ డొకండును దేవశర్మ యనఁగ
నాయనకులకాంత యాజ్ఞసేని యనంగ, శుభలక్షణాంగి యాసుదతి తనకు
ఘనపురాకృత పుణ్యకర్మంబుననుజేసి, సముధికం బైనగర్భము ధరింప

గీ. నధికసంతోషచిత్తుఁడై యతివఁ జూచి, నాతి నీగర్భమున నున్ననందనుండు
మనకులం బెల్ల నుద్ధరింపంగ నోపు, భాగ్యవంతుఁ డౌ ననఁ దనభర్తఁ జూచి. 5

వ. యాజ్ఞసేని యిట్లనియె నాథా నీమనోరథసహస్రంబు లేమియుఁ గొఱగా వీయస్థి
రంపుసంసారంబునకుఁ గడకట్టినకార్యంబు తుదముట్ట నేర దని పెద్దలచే వినంబడు
విను మని యిట్లనియె. 6

గీ. మహి ననాగతకార్యంబు మదిఁ దలంచి, కోరునాతఁడు దుఃఖసంకులతనొందు
బెక్కువిధములఁ జింతింప బెండువడుట, సహజ మది సోమశర్మనిజనకునట్లు. 7

వ. అనినఁ దత్కథాక్రమంబు విప్రుండు తనభార్య నడిగిన నానితంబినీతిలకం
బిట్లనియె. 8

గీ. అనుచుఁ గదలి పోవు నట పోయి క్రమ్మఱ, మగిడి వచ్చి బాలు మొగము చూచు
సుదతి వచ్చు తెరువు చూచు దిక్కులు చూచు, నిక్కి చూచు గోడ లెక్కి చూచు.

వ. ఇవ్విధంబున నాందోళించు డెందంబు కొందలం బంద నందందు సందడిం బొందుచుఁ బొందుపడి డిందుపఱచుకొని పుత్త్రిసమానంబుగా మునుమున్న పెంచిననకులంబు నాలోకించి దాని బంధించినసూత్రంబు విడిచి కొనివచ్చి కుమారునిచుట్టునుం ద్రిప్పి సంజ్ఞగా నెఱింగించి తలవాకిటం బదిలంబుగా నిలిపి పుత్త్రిసంరక్షణంబు నీకుం గర్తవ్యం బని పలికి బ్రాహ్మణుండు చనినం దదనంతరంబ. 27

సీ. నకులంబు చూడంగ నొకకృష్ణసర్పంబు, వడిగొని మూషికద్వారవీథి
గాఁ జొచ్చి బాలునిఁ గవియునంతట ముంగి, యుదరి నాగము ముట్టె యొడిసి పట్టి
కంఠంబు గ్రక్కున ఖండించి మే నెల్ల, శతఖండములు చేసి చంపి వైచి
నవరక్తధార లాననమున జొత్తిల్లి శోభిల్ల, మున్నున్నచోన నిలువ

గీ. దాన మంది యపుడు ధరణీసురుఁడు తన, పట్టిఁ దలఁచుకొనుచుఁ బాఱుతెంచి
శిరము నోరు రక్తపరిషిక్తముగఁ దన, ముంగిటఁ దనుఁ గన్నముంగిఁ జూచి. 28

క. ఈనోరు రక్త మూరక, కానేరదు శిశువుఁ జంపెఁగా దుర్జాతం
బైనపురు వంచు నుగ్రత, దానిం జావంగ నడిచెఁ దత్క్షణమాత్రన్. 29

వ. అడిచి యమ్మహీదేవుం డభ్యంతరమందిరంబునకుం జని శతఖండీకృతకృష్ణసర్పంబును జెలంగి యాడుచున్నతనకుమారుం గనుంగొని నకులముగణంబునకుఁ బరితప్తాంతఃకరణుం డగుచు నుదరతాడనంబు చేసికొనియు శిరంబు వగుల మోఁదుకొనియు ధరణిం బడి పొరలుచు మొఱలు వెట్టుచు ననేకకాలంబునం బట్టి పట్టివలెఁ బెంచిననకులంబుం బరామర్శింపక వధించినపాపం బేమిటం బాయు నని మఱియు ననేకప్రకారంబులఁ బ్రలాపించు సమయంబున భార్య చనుదెంచి యిది యేమినిమిత్తం బని యడిగిన నతండు తద్వృత్తాంతం బంతయుం జెప్పిన నమ్మగువ యతని కిట్లనియె. 30

క. పదిలముగ వినక చూడక, మొదలఁ బరామర్శ చేసి మొనయక పరుసం
బొదవించు నెవ్వఁ డాతం డదయత క్షౌరకుఁడువోలె నాపదఁ బొందున్. 31

వ. అనిన నవ్విధం బెఱింగింపు మని యావిప్రుండు భార్య నడిగిన నమ్మానినీతిలకం బిట్లనియె. 32

చ. కలఁ డొకపట్టణంబునను గ్రామణి వైశ్యకుమారుఁ డెల్లవా
రలుఁ గొనియాడునట్టివివరంబుగలం డతిధార్మికుండు పె
ద్దలయినతల్లిదండ్రులును దత్పరివారము రోగబాధలన్
బొలిసిన దాదిచేఁ బెరిఁగి పూర్వవయఃపరిపాకశాలియై. 33

గీ. ఉండి సెట్టిబిడ్డఁ డొకనాఁడు తనదాదిఁ, జేరఁ బిలిచి నాకుఁ జెప్పు మతివ
యయ్య చేర్చినట్టియర్థ మెక్కడఁ బోయెఁ, దెలిసి లేమి నెట్లు తిరుగువాఁడ. 34

సీ. తల మాసినపుడును దైల మించుక లేక, ముదమునఁ గోకయు మొలకు లేక
కడుపార నన్నంబు కుడువ నెన్నఁడు లేక, మన సైన నొకపోఁక తినఁగ లేక
కమ్మపువ్వులపూఁత కలలోపలను లేక, పేర్మికతంబునఁ బెండ్లి లేక
ప్రియబంధుజనులకుఁ బెట్ట నేమియు లేక, దీవించునర్థులఁ బ్రోవ లేక

గీ. యేల యున్నాఁడ నీదేహ మేల నాకు, విడుతు నీప్రొద్దె కాదేని విపినభూమి
చొచ్చి మునివృత్తిఁ దపము భాసురము గాఁగఁ, జేసి పుణ్యలోకంబులు చేరువాఁడ.

వ. అనినం గన్నీరొలుక నయ్యుపమాత యిట్లనియె. 36

క. నాకన్నతండ్రి నీ కీ, శోకం బేమిటికి నేను జూడఁగ భాగ్య
శ్రీకలిమి మెఱయుచుండెదు, లోకంబులు వొగడ బంధులోకములోనన్. 37

గీ. వెలయ నీవు జనించినవేళఁ దొల్లి, దివ్యయోగీంద్రు నడిగినఁ దేటపఱిచె
నిన్ని సంవత్సరంబులు నిట్టిమాస, మిట్టిదినమున శ్రీకాంత యితనిఁ జేరు. 38

వ. అని యతఁ డిట్లు చెప్పె నది యాదిగ నేను సంవత్సరమాసదినంబు లెన్నికొనుచుండు
దు నదియును నెల్లింటికిం బరిపూర్ణం బగుచు వచ్చెఁ దప్ప దని యవ్వైశ్యకుమారు
నూఱడం బలికి మజ్జనభోజనాదుల నతనిఁ బరితుష్టుం జేసి మృదుతల్పంబున నునిచిన
నాఁ రాత్రి విద్రించె నక్కుమారుండును దీర్ఘనిశ్వాసవ్యాకులమానసుం డగుచుఁ
దృతీయయామంబున నిద్రాముద్రితలోచనుం డయ్యెఁ జతుర్థయామావసానంబున. 39

ఉ. బద్ధగజాజినాంబరము బాలశశాంకకళావతంసస
న్నద్ధజటాభరంబు కరుణారసపూర్ణవిలోకనంబునన్
శుద్ధపటీరహీరరుచిశోభితవర్ణము నైనమూర్తితో
సిద్ధవరేణ్యుఁ డొక్కరుఁడు చెచ్చెర నాతనిఁ జేరి యిట్లనెన్. 40

శా. ఓరీ వైశ్యకుమార సాహసమహోద్యోగంబునన్ జావఁగాఁ
గోరం గారణ మేమి యేఁ గలుగ నీకుం జింత యింతేల న
న్నారాధించితి పూర్వజన్మమున నయ్యత్నంబునన్ సంపదల్
చేరం బ్రాప్తము నేఁటరేపటను నిశ్చింతుండవై యుండుమీ. 41

క. కల యని చూడకుమీ నా, పలు కంతయు నిక్కువంబు భావించి మదిన్
దలపోసి యేను జెప్పిన, తెలివిం దగ నాచరింపు ధీయుక్తుఁడవై. 42

వ. అవ్విధం బెట్టి దనిన. 43

సీ. అరుణోదయంబున హరిహరస్మరణంబు, చేయుము మేల్కాంచి చిత్త మలరఁ
దల దువ్వి ముడిచి వస్త్రము పొందుగాఁ గట్టి, చెనసి యాచమనంబు చేసి వచ్చి
సుస్నాన మొనరించి సురభూసురార్చనా, యత్తచిత్తుం డెట్ల యట్ల యుండు
తఱి వచ్చి భిక్షుకత్రయము నీముందటఁ, బొడమినఁ గని వారిఁ బూజ చేసి
గీ. లగుడమున మస్తకంబులు పగుల నడువఁ, దాఁకు వడునట్టి భిక్షుకత్రయము చూడఁ
దక్షణంబున ఘననిధిత్రయము నగుచుఁ, గోటిసంఖ్యలమాడల కుప్ప లగును. 44

వ. ఇవ్విధంబున సంప్రాప్తం బయినధనంబువలన. 45

సీ. దేవతాగృహములు దృఢముగాఁ గట్టించి, ఘనతటాకంబులు కలుగఁ జేసి
వనములు పెట్టించి వడుగులఁ బెండ్లిండ్లు, భూదేవసమితికిఁ బొందుపఱిచి
కీర్తికి నెలవైనకృతులకుఁ గర్తవై, నెలకొన నంతంత నిధులు నిలిపి
యధిపతిచేఁ గొని యగ్రహారము లిచ్చి, మఱియుఁ బొందైనధర్మములు చేసి
గీ. యాశ్రితుల బంధుజనముల నరసి మనిచి, పుత్త్రపౌత్త్రాభివృద్ధితోఁ బొగడువడఁగ
లాలితంబుగఁ బెద్దకాలంబు బ్రతుకు, మనుచు సిద్ధుండు కానరా కరుగుటయును.

వ. అప్పు డావైశ్యకుమారుండు తనదాదిం బిలిచి యిట్లనియె నేఁ డరుణోదయానంతరంబ మనగృహం బలంకరించి శుచిస్నానంబు చేయించి గృహదేవతలం బూజింపు ముదయవేళకు నెద్దియేనియు శుభప్రాప్తికిఁ గారణంబు గలదు పొమ్మనిన నమ్ముదుసలి దాదియు నట్ల చేసినయనంతరంబ. 47

సీ. పాకశాసనపురప్రాసాదశిఖరాగ్రగురుతరసౌవర్ణకుంభ మనఁగఁ
బూర్వదిగంగనాస్ఫుటితఫాలస్థలీదీపితసిందూరతిలక మనఁగ
బహుళవీచీస్ఫురత్ప్రాగ్దిగంభోరాశికూలప్రవాళనికుంజ మనఁగ
నమరాధిపతిసతీహస్తాబ్జవిన్యస్తమోహనమాణిక్యముకుర మనఁగ
గీ. నరుణకిరణుండు పొడచూపె నఖిలజనక, రాబ్జములతోడఁ గుముదవనాలి మొగుడ
జారచోరులచిత్తంబు జల్లనంగఁ, జక్రవాకంబు లానందజలధిఁ దేల. 48

వ. ఇవ్విధంబున సూర్యోదయం బగుటయుఁ గనుంగొని యవ్వైశ్యకుమారుండు తన దాదిం బిలిచి యిట్లనియె. 49

క. క్షౌరాభ్యంగస్నానము, లారంగ నవశ్య మగుట నతిశీఘ్రగతిన్
జేరంగఁ బిలువు నాపితు, నీరను నటకలియుఁ గాచి నీవు లతాంగీ. 50

వ. అనిన నాయమ విదగ్ధక్షౌరకుం బిలిచి తెల్పిన వాఁడును దంతధావనపదనఖధావనాది క్షౌరకర్మంబులు తనకు నత్యంతసమీచీనంబుగాఁ జేసినం బ్రియం బంది యవ్వైశ్యుం డతని కిట్లనియె నీ వింతకుమున్ను నావలన నెన్నఁడునుం బ్రయోజనం బెఱుంగవు

నేఁ డించుకతడవు మద్గృహంబున నిలువు మని నిలిపి తైలాభ్యంగనస్నానం బాచరించి ధౌతపరిధానశోభితుం డై మహాదేవు నర్చించి గృహదేవతలం బూజించి విశుద్ధాత్ముం డయి యుండ నంత విధిప్రేరితం బై నక్షపణకత్రయం బావైశ్యకుమారుని ముందఱం బొడచూపి నిలిచిన నతండు వారలం బూజించి తదీప్సితాహారంబులం దృప్తులం జేసి లగుడఘాతంబుల నమ్మువ్వురం బ్రహరించిన వారు సంపూర్ణనిధిత్రయం బగుటయుఁ దద్ధనంబుఁ దనగృహంబున నిండించుకొని సుఖంబుండి నాపితునకు విశ్వాససంరక్షణార్థంబుగా సువర్ణనిష్కశతం బొసంగి నిగూఢంబుగా ననిపిన. 51

క. కొనిపోయి నిష్కశతమును, తనకాంతకు దాఁప నిచ్చి తద్వృత్తాంతం
బెనయంగఁ దెలిపి మంగలి, మనమునఁ దలపోసి వైశ్యమతముం జేయన్. 52

వ. తనభార్య కిట్లనియె. 53

క. పరదేశు లైనజోగుల, తిరిపంబున నడచి ధనముతిప్పలఁ బడసెన్
వెర వెఱిఁగి సెట్టిబిడ్డఁడు, తరుణీ నే నెద్దునుండి తప్పక కంటిన్. 54

వ. అని క్షౌరకుండు క్షౌరాభ్యంగనస్నానధౌతపరిధానాదికర్మంబు లావైశ్యకుమారు నట్ల తానును నాచరించి వేల్పుల వలగొని భిక్షుకాగమనంబును గోరుచుండు నంత నప్పురంబునఁ గాపురం బున్నవృద్ధ జంగమయ్య యొక్కరుండు క్షౌరకునిగృహద్వారంబు చొచ్చి లోపలికిం జని ధర్మమే సంచితార్థం బని పేరెలుంగున భిక్షం బడుగుటయుఁ గనుంగొని నాపితుం డాభిక్షున కిట్లనియె. 55

గీ. నీవు గాక యుండ నెరయంగ నిరువురఁ, దోడికి వచ్చి తేని సొడిక మైన
భంగి మువ్వురకును భైక్షంబు పెట్టెదఁ, గూర్చి తెమ్ము మ్రొక్కు తీర్చుకొనఁగ.

వ. అనినం బ్రమోదంబు నొంది యాభిక్షుకుండు మఱియును నిరువురం దోడ్కొని వారుం దానును జనుదెంచి నిలిచినం జూచి క్షౌరకుండు. 57

గీ. మెచ్చు లొదవంగ నర్చన లిచ్చి వారి, కిచ్చవచ్చినభోజనం బిడుచు నుండి
త్వరితముగఁ బాఱి వాకిటితలుపు వైచి, శీఘ్రగతి ముట్టి లగుడంబు చేతఁ బట్టి. 58

క. పొడవు గలజంగమయ్యను, బెడతల లగుడంబుచేత బెట్టిదువ మహిన్
బడినఁ గని పాఱునిరువుర, బడి తప్పక మొఱలు వెట్టఁ బరువడి నడచెన్. 59

క. అప్పుడు మొఱ్ఱో యనుచుం, దప్పక మువ్వురను గూయఁ దలవరులు వడిన్
దప్పు గొని మదురుగోడలు, కుప్పించి యడల్చి వెఱవకుఁడు మీ రనుచున్. 60

వ. ఆభిక్షుకత్రయంబును మోపించుకొని నాపితుం బెడకేలు గట్టి కొనివచ్చి భూవరు సమ్ముఖంబునం బెట్టిన నతండు నాక్షౌరకునిం జంపించి తద్గృహంబు సర్వంబునుం

జాఱఁగొనియెం గావున నీవు నట్లు విచారమూఢుండ వని పలికి వెండియు. 61

క. నెఱయంగఁ బలుక నేరని, యెఱుకయు నాచారహీనునిలువడియును నీ
వెఱుఁగుము నిరర్థకం బని, యతిముఱి భస్మమున నిడినయాహుతిఁ బోలెన్. 62

వ. అని మఱియుం దనపురుషు నుద్దేశించి. 63

చ. తనపతి వేగిరించి నెఱి దప్పఁగఁ గర్జము సేయరాదు చే
సినయవివేకి నాపదలు చెందుట సిద్ధము నీతికోవిదుం
డనయము సద్విచారమతి యై యొనరించినయట్టికృత్యముల్
పనుపడి భవ్యసంపదలఁ బొందు గొనర్చు ధరాసురేశ్వరా. 64

వ. అని యిట్లు తనభార్య చెప్పినవివేకవచనంబులకుఁ బ్రమోదంబును నవిచారమూర్ఖత్వం
బునం దాను జేసిననకులవ్యాపారంబునకుఁ బరితాపంబును నైనచిత్తంబుతో
సర్వమ్మును దైవాధీనంబు గాక యని పలికి యమ్మహీదేవుండు దననందను నుపలా
లనంబు చేయుచుఁ దనభార్యయుం దానును జిరతరజీవనస్థితిం బ్రవర్తిల్లి రని చెప్పి
సుదర్శనక్షితీశ్వరనందనులకు విష్ణుశర్మ యిట్లనియె. 65

చ. కదిసి పఠింప లోకహితకార్యము లెల్లను దోఁచు మూఢులై
చదువనివారికిం దెలివి చాల నొనర్పదు నీతిసంపదా
స్పద మగునీప్రబంధము విశాలగుణోన్నతి నెల్లనాఁడు న
భ్యుదయముఁ జేయు భక్తి వినుచుండినఁ బాఠము చేయుచుండినన్. 66

క. ధర్మార్థకామసాధన, కర్మములకుఁ దగినయట్టికథ లన్నియు మీ
కర్మిలి నై వినిపించితి, నిర్మలదృఢచిత్తు లగుచు నెగడుఁడు మీరల్. 67

వ. అనిన విష్ణుశర్మకుం గుమారు లిట్లనిరి. 68

చ. విమలగుణోన్నతా పరుసవేది యొకించుక సోఁకినట్టి లో
హములును శుద్ధకాంచనమయత్వమునుం గనునట్టిభంగి ను
త్తమభవదీయవాగమృతధారల నాత్మలు నిర్మలంబులై
యమర వివేకసంపదకు నర్హుల మైతిమి మీకతంబునన్. 69

వ. అని యతనికిం బ్రణామంబులు చేసి మఱియు నక్కుమారులు నృపనీతిశాస్త్రం
బులు చదువుచున్న యనంతరంబ సుదర్శనక్షితీశ్వరుండు విష్ణుశర్మ రావించి యన
ఘా మీవలనం గుమారు లత్యంతప్రజ్ఞాధురంధరులై బ్రతికి రిటమీఁద నాయుధా
భ్యాసంబు చేయింపఁ గాలం బె గావునఁ జదువు చాలింపు మని యమ్మహీదేవు
నగణ్యగోహిరణ్యాదిదానంబుల నధికసంతుష్టుం జేసి బహుమానంబుగా నను
పుటయును. 70

శా. బాలాహ్వత్సరసీమరాళ పరిఘాభవ్యోన్నతోద్యద్భుజా
లీలారూపజయంత పద్మవదనాళీనూత్నకందర్ప నా
రీలావణ్యధనాధిపాత్మజ కుమారీపూర్ణ రాకాశశీ
భూలోకప్రమదారమాధిప సితాంభోజాతపత్త్రేక్షణా. 71

లయగ్రా. కింకరజనాంబురుహపంకరుహమిత్త్ర రిపుపంకరుహరాజిహరిణాంకనిభమూర్తీ
శంకరమనోజ్ఞకరకంకణవచోవిభవ వేంకటగిరీశకరుణాంకురితభాగ్యా
సంకులమణీనిచయసంకలితహేమసదలంకరణదేహ మకరాంకురకరాసీ
కుంకుమహిమాంబుశశిసంకుమదసంకరవిశంకటపటీరయుతపంకిలశరీరా. 72

భుజంగప్రయాతము. దిగంతప్రమేయప్రదీప్తోరుకీర్తీ
ధగన్మేరుధైర్యా సదాదానమూర్తీ
యగణ్యోరుధర్మాద్యలంకారభారా
దృగంతానుకూలప్రతిష్ఠాత్మపవీరా. 73

గద్యము. ఇది శ్రీమైత్రావరుణగోత్రపవిత్రబ్రహ్మనామాత్యపుత్త్రసుకవిజన
విధేయనారాయణనామధేయప్రణీతం బైనపంచతంత్రం బను
మహాప్రబంధంబునం దసంప్రేక్ష్యకారిత్వం బనునది పంచ
తంత్రంబునందు సర్వంబును బంచమాశ్వాసము.

ఈ క్రిందకనబరచిన సంస్కృతాంధ్రగ్రంథములు మంచికాకితములమీద చక్కగ ముద్రింపఁబడి విక్రయమునకు సిద్ధముగానున్నవి.

సంస్కృతగ్రంథములు.

	ప్రతి 1-కి రూ	అ.
శ్రీమద్రామాయణము, చక్కనికూర్పు	1	12
డిటో మేలుప్రతి ,,	4	0
బాలరామాయణము, సటీక	0	2
అధ్యాత్మరామాయణము, ఆంధ్రటీకాతాత్పర్యసహితము	8	0
డిటో మూలము, చిన్నసైజు	0	12
సుందరకాండము, మూలము, చిన్నసైజు	0	12
డిటో ఆంధ్రతాత్పర్య సహితము	1	0
మాఘపురాణము, సాంధ్రతాత్పర్యము	1	8
యజుర్వేద సంధ్యావందనము, పురుషసూక్తము, శ్రీసూక్తము, ఆంధ్రటీకాతాత్పర్య సహితము, చిన్నసైజు, మంచికాగితములు	0	4
యాజుషపూర్వప్రయోగము, సస్వరము	1	8
రామబ్రహ్మమానసపూజ, చిన్నసైజు	0	1
మృత్యుంజయమానసపూజ ,,	0	1
దేవీఖడ్గమాల ,,	0	1
ఇంద్రాక్షీశివకవచము ,,	0	1
పితృతర్పణము ,,	0	1
మహాన్యాసము ,,	0	5
రుద్రము, పురుషసూక్తమువగైరాలు, చిన్నసైజు	0	2
ఋగ్వేదాహ్నికము, సటీక	0	2
వ్రతరత్నాకరము	0	6
మంత్రపుష్పము, సటీక	0	1
సంధ్యావందనభాష్యము, చక్కనిప్రతి	0	6
దేవతార్చన, చిన్నసైజు	0	1
గోపాలరత్నాకరము జాతకచంద్రిక, సాంధ్రతాత్పర్యము	0	8
కాలామృతము, సటీక, చక్కనికూర్పు	0	12
ముహూర్తదర్పణము, సటీక	0	8
హరిమీడేస్తోత్రము ,,	0	3

వావిళ్ల. రామస్వామిశాస్త్రులు అండ్ సన్స్, చెన్నపురి, ఈ.

ప్రతి 1-కి	రూ.	అ.
సౌందర్యలహరి, సటీక	0	3
ఉత్తరగీతా, సటీక, చిన్నసైజు మంచికాకితములు	0	6
భగవద్గీతలు, ఆంధ్రటీకాతాత్పర్యసహితము, పట్టుబైండు	1	8
భగవద్గీతలు, అంధ్రతాత్పర్య సహితము, చక్కనికూర్పు	1	0
భగవద్గీతలు, ఆంధ్రతాత్పరసహితము, చిన్నసైజు	0	6
రఘువంశము 10 సర్గలు సవ్యాఖ్యానము, శుద్ధప్రతి	0	8
మేఘసందేశము, సవ్యాఖ్యానము	0	4
పుష్పబాణవిలాసము	0	2
కుమారసంభవము, సవ్యాఖ్యానము, చక్కనికూర్పు	0	10
భర్తృహరిసుభాషితము, ఆంధ్రపద్యతాత్పర్యసహితము మేలుకాకితములు	0	12
శబ్దమంజరి, చక్కనికూర్పు, శుద్ధప్రతి	0	2
నక్షత్రస్తోత్రము, సటీక, చిన్నసైజు	0	1
నవగ్రహస్తోత్రము ,,	0	4
దేవీమానసికపూజ ,,	0	1
పరమేశ్వరస్తోత్రకదంబము, శుద్ధప్రతి, చిన్నసైజు	0	6
దేవీస్తోత్రకదంబము, చిన్నసైజు	0	4
విష్ణుసహస్రనామము, నామావళీసహితము, చిన్నసైజు	0	6
లలితాసహస్రనామము, త్రిశతి, పంచదశీస్తోత్రము వగైరాలు. నామావళీసహితము చిన్నసైజు	0	8
రామకర్ణామృతము, ఆంధ్రపద్యతాత్పర్యసహితము, శుద్ధప్రతి	1	4
కృష్ణకర్ణామృతము, ఆంధ్రపద్యటీకాతాత్పర్యసహితము	1	4
రామసహస్రనామము, నామావళీసహి, చిన్నసైజు, ,,	0	4
అన్నపూర్ణ ,, ,, ,, ,,	0	4
గణపతి ,, ,, ,, ,,	0	3
లక్ష్మి ,, ,, ,, ,,	0	3
శివ ,, ,, ,, ,,	0	3
ఆంజనేయ ,, ,, ,, ,,	0	3
సుబ్రహ్మణ్య ,, ,, ,, ,,	0	3
నీతిశాస్త్రము, ఆంధ్రటీకాతాత్ప సహితము	0	2
దేవీసప్తశతి, చక్కనికూర్పు	0	5
అమరము, మూలము, మూడుకాండలు, శుద్ధప్రతి, చిన్నసైజు.	0	6
అమరము, సటీక, చక్కనిప్రతి	0	14
డిటో మేలుప్రతి, కాలికోబైండు	1	4

	ప్రతి 1-కి రూ.	అ.
గురుబాలప్రబోధిక—చిన్న సైజున రామాశ్రమీయాద్యనేకగ్రంథముల సహాయముతో చక్కగా పరిష్కరింపించి అకారాది అనుక్రమణికతో ముద్రించియున్నాము.	2	8
నానార్థరత్నమాల, చక్కనిప్రతి	0	12

ఆంధ్రగ్రంథములు.

ఉత్తరరామాయణము, కంకంటి. పాపరాజప్రణీతము, చక్కనికూర్పు	1	0
డిటో మేలుప్రతి, కాలికోబైండు	1	8
భాస్కరరామాయణము, చక్కనికూర్పు	2	8
రంగనాథరామాయణము, ద్విపద చక్కనిప్రతి	2	8
మొల్లరామాయణము, చిన్నసైజున పెద్దక్షరములతో చక్కగముద్రితము	0	8
అచ్చతెనుఁగురామాయణము, శుద్ధప్రతి	1	4
వసుచరిత్ర, సవ్యాఖ్యానము, దళసరికాకితములు, చక్కనికూర్పు ...	2	8
ఆముక్తమాల్యద, సటీక, అట్టబైండు	2	8
హరిశ్చంద్రోపాఖ్యానము, శంకరకవిప్రణీతము	0	8
ఆంధ్రభాగవతము. పోతనామాత్యప్రణీతము. ఈవరకు ముద్రితమైన ప్రతులకన్న అన్నివిధముల బాగుగనున్నది ...	3	0
డిటో మేలుప్రతి, చక్కనిబైండు	4	0
డిటో మేలుప్రతి, రెండువాల్యములు	4	12
డిటో అత్యుత్తమప్రతి, రెండువాల్యములు	5	8
మనుచరిత్ర, సటీక, వావిళ్ల. రామస్వామిశాస్త్రిగారి వ్యాఖ్యానముతో చిన్నసైజున మేలుకాగితములమీఁద స్ఫుటమైన అక్షరములతో చక్కగ ముద్రించియున్నాము. బైండు అద్భుతము. శ్రీకృష్ణదేవరాయలయొక్కయు, రామస్వామిశాస్త్రిగారియొక్కయు ప్రతిమలు ఇందుగలవు.	1	8
ప్రభావతీప్రద్యుమ్నము	0	8
కళాపూర్ణోదయము, దళసరికాగితములు	1	8
రాఘవపాండవీయము, సటీక, చక్కనికూర్పు	1	8
పారిజాతాపహరణము, చిన్నసైజు, పెద్దచ్చు	0	6
శృంగారనైషధము	0	10
వసుభూపాలీయము, అట్టబైండు	0	8
విజయవిలాసము, క్రొత్తకూర్పు	0	6
సారంగధరచరిత్ర, సటిప్పణము	0	8
పంచతంత్రము, నారాయణకవికృతము	0	12

		ప్రతి 1-కి	రూ.	అ.
విక్రమార్కచరిత్ర, జక్కన కవికృతము	...	...	1	0
రంగారాయచరిత్ర, దిట్టకవి. నారాయణకవిప్రణీతము.	...	...	0	8
రామాభ్యుదయము, అయ్యలరాజు, రామభద్రకవి.	...	...	1	4
నీలాసుందరీపరిణయము	...	...	0	4
రసికజనమనోభిరామము	...	...	0	8
రుక్మిణీపరిణయము, కూచిమంచి తిమ్మకవిది	...	...	0	6
అనిరుద్ధచరిత్ర, అబ్బయామాత్య ప్రణీతము	...	...	0	8
ఆంధ్రనామసంగ్రహము, ఆంధ్రనామశేషము, సాంబనిఘంటువు— టీకానుక్రమణికాసహితము, కాలికో బైండు		...	0	12
సులక్షణసారము, సటీక	...	...	0	8
వేమనపద్యములు, చక్కనికూర్పు, 1200 పద్యములు	...	...	0	4
మాతృశతకము	...	...	0	1
సుమతిశతకము, సటీక	...	...	0	2
కుచేలోపాఖ్యానము ,, (భాగవతములోనిది)	...	...	0	4
డిటో ,, గట్టుప్రభుకృతము	...	...	0	6
కుమారీశతకము, ,,	...	...	0	2
దాశరథీశతకము, ,,	...	...	0	4
మానసబోధశతకము, సటీక	...	...	0	2
భాస్కరశతకము ,,	...	...	0	8
కలువాయిశతకము ,,	...	...	0	2
నృసింహశతకము	...	...	0	2
చంద్రశేఖరశతకము	...	...	0	1
రామలింగేశశతకము, అడిదము సూరకవిది	...	...	0	2
కాళహస్తీశ్వరశతకము, ధూర్జటికవిది	...	...	0	2
భోగినీదండకము, పోతరాజప్రణీతము	...	...	0	1
కుక్కుటేశ్వరశతకము, కూచిమంచి తిమ్మకవిది	...	...	0	2
గజేంద్రమోక్షము, సటీక, చక్కనికూర్పు, మంచికాకితములు		...	0	6
రుక్మిణీకల్యాణము, సటీక, చక్కనిప్రతి	...	...	0	6
నలోపాఖ్యానము, సటీక, చిన్నసైజు	...	...	0	6
శ్రీశంకరాచార్యచరిత్ర, ప్రతిమతో	...	...	0	2
రామకృష్ణపరమహంసచరిత్ర	...	...	0	2
బాలగంగాధరతిలకుగారిచరిత్ర	...	...	0	2
దాదాభాయి నౌరోజీచరిత్ర, ప్రతిమతో	...	...	0	1

ప్రతి 1-కి రూ. అ.

	రూ.	అ.
అనిబిసెంటుచరిత్ర ,,	0	1
వివేకానందస్వామి జీవితము ,,	0	1
సూరతుకాంగ్రెస్సు ఉపన్యాసములు	0	2
ఆనందమఠ, నవల	0	12
ఐవేస్తా ,,	0	6
మదాలస ,,	0	10
సుజనరంజని, నవల	0	6
తారాభాయి, చక్కనినవల	0	12
సీతారామము ,,	1	0
టిప్పుసుల్తాన్ ,,	2	4
మనోహరి ,,	0	12
నీతిచంద్రిక, చిన్న యనూరిగారిది	0	6
పంచతంత్రము, వచనము, సులభశైలి	0	6
రామదాసచరిత్ర, చక్కని కూర్పు, మంచికాకితములు, ఇందు రామ దాసుగారి ప్రతిమకూడ కలదు	0	10
అధ్యాత్మరామాయణకీర్తనలు, చక్కనిప్రతి, చిన్నసైజు	0	6
ఆంధ్రశబ్దచింతామణి, శుద్ధప్రతి	0	6
ఆంధ్రభాషాభూషణము	0	2
ఆంధ్రభాష్యాగమము	0	10
బాలవ్యాకరణము, చిన్న యసూరిగారిది	0	12
కవిజీవితములు, శ్రీగుఱజాడ. శ్రీరామమూర్తిగారిది, 2 వాల్యములు	2	8
శబ్దార్థచంద్రిక, శ్రీమహోకాళి. సుబ్బారాయుడుగారి ఆకారాదినిఘంటువు.	2	8

ఇవి మొదలగు సంస్కృతాంధ్రగ్రంథములు అనేకములు మావద్ద దొరకును. కోరినవాకి క్యాటలాగును పంపుదుము.

వావిళ్ల. రామస్వామిశాస్త్రులు అండ్ సన్స్,

192, ఎస్ప్లనేడ్   చెన్నపురి, ఈ.
328, తండియా రేవట